எஸ்.இராதாகிருஷ்ணன்

உள் அட்டையில் காணும் சிற்பக் காட்சியில் பகவான் புத்தரின் அன்னை மாயாதேவி கண்ட கனவின் பலனை மன்னர் சுத்தோதனருக்கு நிமித்திகர் மூவர் விளக்குகின்றனர். அவர்களுக்குக் கீழே அமர்ந்து அந்த விளக்கத்தை எழுதுகிறார் ஓர் எழுத்தர். எழுதும் கலையைச் சித்திரிக்கும் முதல் இந்தியச் சிற்பம் இதுவாகவே இருக்கலாம்.

(நாகார்ஜுன மலைச்சிற்பம் பொ.யு. இரண்டாம் நூற்றாண்டு, படஉதவி : நேஷனல் மியூசியம், புது தில்லி)

இந்திய இலக்கியச் சிற்பிகள்
எஸ்.இராதாகிருஷ்ணன்

ஆங்கிலத்தில்: பிரேமா நந்தகுமார்

தமிழில்: கி.இராசா

சாகித்திய அகாதெமி

S. Radhakrishnan : Tamil translation by K Raja of Prema Nandakumar's monograph in English, Sahitya Akademi, New Delhi, Reprint 2022, Rs. 100/-

உரிமை © சாகித்திய அகாதெமி	
ஆசிரியர்	: பிரேமா நந்தகுமார்
தமிழாக்கம்	: கி. இராசா
பொருள்	: இந்திய இலக்கியச் சிற்பிகள்
வெளியீடு	: சாகித்திய அகாதெமி
முதல் பதிப்பு	: 2000
இரண்டாம் பதிப்பு	: 2013
மூன்றாம் பதிப்பு	: 2015
நான்காம் பதிப்பு	: 2022
ISBN	: 978-93-5548-287-7
விலை	: Rs. 100/-

All rights reserved. No part of this book may be reproduced or utilized in any form or by any means, electronic or mechanical including photocopying, recording or by any information storage and retrival system, without permission in writing from Sahitya Akademi.

சாகித்திய அகாதெமி

தலைமை அலுவலகம் : இரவீந்திர பவன், 35, பெரோஸ்ஷா சாலை, புது தில்லி 110 001.
secretary@sahitya-akademi.gov.in | 011-23386626/27/28.

விற்பனை அலுவலகம் 'ஸ்வாதி' மந்திர் சாலை, புது தில்லி 110 001
sales@sahitya-akademi.gov.in | 011-23745297, 23364204.

கொல்கத்தா 4, டி.எல். கான் சாலை, கொல்கத்தா 700 025
rs.rok@sahitya-akademi.gov.in | 033-24191683/24191706.

சென்னை குணா வளாகம், 443, இரண்டாம் தளம், அண்ணா சாலை, தேனாம்பேட்டை, சென்னை 600 018.
chennaioffice@sahitya-akademi.gov.in 044-24311741 | 24354815

மும்பை 172, மும்பை மராத்தி கிரந்த சங்கிரகாலய சாலை,
தாதர், மும்பை 400 014
rs.rom@sahitya-akademi.gov.in 022-24135744 | 24131948.

பெங்களூரு மத்தியக் கல்லூரி வளாகம், பல்கலைக்கழக நூலக கட்டிடம், டாக்டர் அம்பேத்கர் வீதி, பெங்களூரு 560 001
rs.rob@sahitya-akademi.gov.in. 080-22245152, 22130870.

ஒளி அச்சு : R. Udhayabaskar, NN Seven, Chennai - 32.
அட்டை : Spectrum Graphic Studio, Chennai - 17
அச்சகம் : M.K. Graphics, Chennai - 14
Visit our website at http://www.sahitya-akademi.gov.in

பொருளடக்கம்

முன்னுரை 7

1. இந்தியா – உலகிற்கோர் குரு 9
2. வாழ்க்கை 11
3. வாழ்க்கை வரலாற்றாசிரியர் 27
4. தத்துவப் பொருளை விளக்கியவர் 35
5. சமயத்திருநூல்களின் பொருள் விளக்குநர் 52
6. சமயங்களின் பொருள் விளக்குநர் 68
7. தத்துவ அறிஞர் 79
8. கல்வியாளர் 92
9. அரசியல் மேதை 102
10. அனைத்துலக மனிதர் 109
11. இயல்பாற் சிறந்த மனிதர் 119

துணை நூல்கள் 127

முன்னுரை

இந்திய இலக்கியச் சிற்பிகள் வரிசையில் வைத்தெண்ணப் படுவதற்கான தகுதிகள் அனைத்தையும் பெற்றவர் சர்வபள்ளி இராதாகிருஷ்ணன். இந்தத் தகுதி, அவர் தத்துவவியல் அறிஞராகவும் அரசியல் மேதையாகவும் இருந்ததால் மட்டும் வந்ததன்று. அவரது ஆங்கில மொழி ஆற்றலும் அவருக்கு இந்தத் தகுதியைத் தந்தது. அவர் புகழ் உலக அளவில் பரவுவதற்கு ஆங்கிலமொழி ஆற்றல் ஒரு காரணமாக இருந்தது என்றும் சொல்லலாம். பொருள் பொதிந்த ஆங்கிலத்தின் வாயிலாக இந்தியாவின் பழமை மிக்க வளம் செறிந்த சமய, தத்துவ, ஆன்மிகக் கருத்துக்களை மேலை நாட்டவர்க்கு அவர் எடுத்துரைத்தார். சமஸ்கிருதத் தொடர்கள் கலந்து மிடையப்பெற்ற செறிவான ஆங்கில நடை அவர் சிறப்பினை உலகோர்க்கு உணர்த்தியது.

நான் ஆந்திரப் பல்கலைக்கழகத்தில் பயிலும் போது அங்கிருக்கும் கட்டிடங்களெல்லாம் இராதாகிருஷ்ணன் அவர்களின் பணியை எனக்கு உணர்த்தின. அவரது தீவிர முயற்சியால் பெற்ற நூல்கள் பலவற்றால் பொலியும் அந்தப் பல்கலைக்கழக நூலகம் அங்கு செல்வோர்க்கு ஊக்க உணர்வை ஊட்டக் கூடியது. இந்திய இலக்கியச் சிற்பிகள் வரிசைக்காக டாக்டர் இராதாகிருஷ்ணன் அவர்களைப் பற்றி வாழ்க்கைக் குறிப்பேடு உருவாக்க சாகித்திய அகாதெமி என்னைக் கேட்டுக்கொண்டபோது நான் வியந்து மகிழ்ந்தேன். இந்நாட்டினை நிர்மாணித்தவர்களுள் ஒருவரான டாக்டர் இராதாகிருஷ்ணன் அவர்களுக்குச் செலுத்தும் அஞ்சலியாகவே இதனை நான் கருதுகிறேன். இத்தகுப் பெருமைமிக்க பணியை எனக்குத் தந்த சாகித்திய அகாதெமிக்கு நான் நன்றி கூறக் கடமைப்பட்டுள்ளேன்.

இந்த நூலை எழுதுவதற்கு இராதாகிருஷ்ணன் அவர்களின் எழுத்துகள் எனக்கு அடிப்படையாக அமைந்தன. மேலும் அவரது புதல்வர் எஸ்.கோபால் தம் தந்தையைப் பற்றி எழுதிய வாழ்க்கை வரலாற்று நூல் எனக்குப் பெரிதும் பயன்பட்டது. நூலாக்கத்தின் போது சில கருத்துகளை மதிப்பீடு செய்து எழுதுவதற்கேற்ற தகுதிகளை என் எழுத்துகளுக்கு ஏற்படுத்தித் தந்தவர் என்னுடைய தந்தையார் கே.ஆர். சீனிவாச ஐயங்கார் ஆவார். இந்த நூலை நான் எழுதி முடிக்கும்வரை என்னுடைய தாயார் பத்மாசனீ அவர்கள் செய்த உதவியை நான் மறக்க முடியாது. இருவருக்கும் என் நன்றி.

பிரேமா நந்தகுமார்

முதல் திருமாளிகை,
91 தெற்குச்சித்திரை வீதி,
திருச்சி - 620 006
தமிழ்நாடு.

1. இந்தியா—உலகிற்கோர் குரு

இந்தியப்பண்பாடு, பதிவு செய்யப்படாத பல்லாயிரக் கணக்கான ஆண்டுகள் நீண்ட நெடிய வரலாற்றை உடையது. சான்றுகளோடு நமக்குக் கிடைக்கின்ற இரண்டாயிரம் ஆண்டுக்கால இந்திய வரலாறும், இந்தியப் பண்பாட்டின் பரிணாம வளர்ச்சிக்கு இந்தியமண் ஆன்ம உந்துதலாக இருந்ததை நமக்குக் காட்டுகிறது. இந்திய மண்ணில், இலக்கியம், மதம், தத்துவம், அரசியல், அறிவியல் ஆகிய அனைத்தும் ஆன்மிக நோக்கினதாகவே இருந்தன. இத்துறைகள் ஒவ்வொன்றும் பிறவற்றினின்றுத் தம்மை வேறுபடுத்திக் காட்டவில்லை. மாறாக, ஒன்றையொன்று சார்ந்தே இவை வளர்ந்தன. இதைப் பற்றிக் குறிப்பிடும் மகான் அரவிந்தர், ‘இந்தியர்களின் நோக்கு உள்ளார்ந்ததாகவே இருந்தது’ என்றும், ‘மிக ஆற்றல் வாய்ந்ததாக இருந்த இந்த நோக்கு, எங்கும் ஆன்மாவைத் தேடியது’ என்றும் கூறுகிறார்.

ஆன்மிகத்தின் எல்லையற்ற ஆற்றலின் துணையால் இயங்கிய இந்தியப் பண்பாடு, பண்டை கிரேக்க நாகரிகம் போன்று புதை படிவாக ஆகிவிடும் ஆபத்து சென்ற நூற்றாண்டின் மத்தியில் இந்தியாவைச் சூழ்ந்தது. இதனால் இந்தியர்கள் எதற்கெடுத்தாலும் மேலை நாடுகளையே நாட வேண்டியவர்களாயினர். இவ்வாறு பிறரைப் பார்த்துப் பின்பற்றுகின்ற அடிமைத் தன்மையைப் பற்றி மகான் அரவிந்தர்,

> “.... நம்முடைய தொழிற்சாலைகளை பிரிட்டிஷ் வணிகர்களுக்குக் கொடுத்துவிட்டு நம்மை நாமே அடிமைகளாக ஆக்கிக் கொண்டு நம்முடைய பொருளாதாரத்தை அழித்ததன் வாயிலாகப் பெரும் வெற்றியை நாம் பெற்றுவிட்டோம். பழம்பெரும் நல்லெண்ணங்களையும் நல்லொழுக்கங்களையும் அழித்துச் சிதைப்பதில் நாம் வெற்றி பெற்று விட்டோம். அவற்றுக்கு ஈடாக மேலெழுந்த வாரியான மரியாதைகளைப் பெற்றிருக்கிறோம். காலங்கடந்து நிற்கக்கூடிய விலைமதிப்பற்ற நமது பாரம்பரியத்தையும் பலி கொடுத்து, ஐரோப்பியச் சிந்தனைக் கழிவுகளையும் எச்சங்களையும் தந்திரமாகப் பெறுவதில் நாம் செருக்குக் கொண்டுள்ளோம். எந்தக் கல்விமுறை நம்மை உண்மையான மனிதர்களாக்குமோ, அந்தக் கல்விமுறையிலிருந்து நாம் வெகுதூரம் சென்றுவிட்டோம்”

என்று வெகுண்டு கூறுகிறார்.

தங்களைத் தாங்களே அழித்துக் கொள்ளக்கூடிய இத்தகு உறக்க நிலையிலிருந்து இந்திய மக்களைக் காப்பதற்காக ஆற்றல்மிகு வசீகரத் தன்மை கைவரப் பெற்ற மகான் தக்க சமயத்தில் தோன்றினார். ‘எழுமின்,

விழுமின், குறிக்கோளை அடையும் வரை தடையின்றிச் செல்மின்' என்ற விவேகானந்தரின் முழக்கம் இந்தியாவின் ஒவ்வொரு இல்லத்திலும் நுழைந்து, இந்தியத் திருநாட்டின் மலர்ச்சியின் உச்சத்தை எட்டியது. இராஜாராம் மோகன்ராய், சுவாமி தயானந்தர், ஸ்ரீ அரவிந்தர் ஆகிய ஆற்றல்மிகு தலைவர்களால் மக்கள் தூண்டுதல் பெற்றனர்.

இவ்வாறு இந்தியாவின் புகழ்மிகு பழமை காப்பாற்றப்பட்டது. இதற்குப் பின்னர் சமஸ்கிருதத்தையோ வேறு எந்த இந்திய மொழியையோ பயிலுவதற்குத் தடை எழவில்லை. எழுத்தாளர்கள் தங்களது தாய்நாட்டின் பழந்தொன்மைக் கதைகளை எடுத்துக் கூறத் தலைப்பட்டனர். அறிவியல் வல்லுநர்கள் தம்முடைய ஆய்வுக்குத் துணையாகப் பண்டையோரின் நுண்ணறிவுத் திறத்தை நாடினர். 'கலைமகளின் கொடை' (சி. இராஜகோபாலசாரியாரின் கூற்றுப்படி) என்று கருதப்பட்ட ஆங்கில மொழி, இவை அனைத்திலும் இன்றியமையாத பங்குவகித்தது. இருபதாம் நூற்றாண்டு முகிழ்த்ததும் ஒரு புதிய உணர்வு பரவியது. இந்தியர்கள் ஆங்கில மொழியை மிக விரைவில் கற்றனர். இந்தியாவின் மறுமலர்ச்சியை இது இன்னும் விரைவு படுத்தியது. இந்தியாவில் பழம்பெருமை தன்னுடைய முப்பரிமாணத்துடன் மீண்டும் வாழ்வு பெற்றது. உலகம் இதைக் கண்டு வியந்தது. இவ்வாறு இந்தியாவுக்குப் புத்துயிர் ஊட்டிய ஆற்றல்மிகு இந்தியர்களுள் தத்துவமும் சமஸ்கிருதமும் பயின்ற சர்வபள்ளி இராதாகிருஷ்ணன் குறிப்பிடத்தக்கவராவார்.

* * *

2. வாழ்க்கை

'உண்மையைத் தேடி' (My search for Truth) என்ற தம்முடைய நூலின் தொடக்கத்தில் இராதாகிருஷ்ணன் தரும் பின்வரும் குறிப்புக்கள் அவரை நமக்கு நன்கு அறிமுகம் செய்கின்றன:

"தென்னிந்தியாவிலுள்ள சென்னைக்கு வடமேற்கே நாற்பது கல் தொலைவிலுள்ள திருத்தணி என்ற சிறு கிராமத்தில் 1888 ஆம் ஆண்டு செப்டம்பர் மாதம் ஐந்தாம் தேதி பிறந்தேன். சமய ஒழுங்குகளைக் கட்டுப்பாட்டுடன் கடைப்பிடித் தொழுகிய என் பெற்றோர்க்கு நான் இரண்டாவது குழந்தை. பிறப்பினாலோ செல்வத்தாலோ நான் கூடுதல் நலன்களைப் பெற்றவனல்லன். புகழ்பெற்ற திருத்தலங்களான திருத்தணி, திருப்பதி ஆகிய இரு இடங்களிலேயே பன்னிரெண்டு வயது வரையிலான என்னுடைய இளமை வாழ்க்கை கழிந்தது."

"நாம் எளிதில் உணரக் கூடிய புற உலகிற்கு அப்பால் நம் புலன்களால் அறியலாகாத ஆனால் மனதால் உணரக்கூடிய ஓர் உலகம் மறைந்து கிடக்கிறது என்பதை நான் உறுதியாக நம்பினேன். ஆனால் இதற்கான காரணத்தை என்னால் சொல்ல இயலவில்லை. எனக்கு இடர் வந்துற்ற போதெல்லாம் இந்நம்பிக்கை எனக்குக் கட்டுத் தளராத உறுதியைத் தந்துள்ளது."

இராதாகிருஷ்ணனின் தந்தை, சர்வபள்ளி வீராசாமி ஆவார். அவ்வூரிலுள்ள ஜமீன்தாரிடம் வருவாய்ப் பணியாளராக வேலை பார்த்து வந்தார். தமக்குக் கிடைத்த சொற்ப ஊதியத்தில் பெரிய குடும்பத்தைத் திறம்பட நடத்தி வந்ததுடன், இராதாகிருஷ்ணனின் கல்விக்கும் தம்மால் ஆன முயற்சிகளைச் செய்துவந்தார். முதலில் இராதாகிருஷ்ணனை திருத்தணி போர்டு உயர்நிலைப் பள்ளியில் சேர்த்தார். பின்பு உயர்கல்விக்காக ஹெர்மன்ஸ்பர்க் சுவிசேஷ லூத்தரன் மிஷன் (Hermansburg Evangelical Lutheran Mission) பள்ளியில் சேர்த்தார். உயர்நிலைக் கல்வியை முடித்த பின்னர் இராதாகிருஷ்ணன் வேலூரிலுள்ள ஊரிஸ் கல்லூரியில் (Vourhee's College) உதவித் தொகையுடன் கல்வி பெற்றார். கல்லூரி மாணவனாக இருக்கும்போதே இராதாகிருஷ்ணன் சிவகாமு என்பவரை மணந்தார்.

1904இல் இராதாகிருஷ்ணன் இளங்கலைக் கல்வியில் சேருவதற்கான தகுதித் தேர்வில் தனிமேம்பாட்டுச் சிறப்புத் தகுதியைப் பெற்றார். பின்னர் சென்னை கிறித்தவக் கல்லூரியில் உதவித் தொகையுடன் இளங்கலைக் கல்வியைத் தொடரும் வாய்ப்பைப் பெற்றார். இராதாகிருஷ்ணன் இயல்பியற் கல்வியை மிகவும் விரும்பினார். ஆனால் சூழ்நிலையின் காரணமாக அவரால் தத்துவவியற் கல்வியையே தொடர

முடிந்தது. ஏனெனில் தத்துவவியல் தொடர்பான பாடநூல்கள் இராதாகிருஷ்ணனின் மாமாவிடம் ஏராளமாக இருந்தன. இயல்பியல் நூல்களை விலை கொடுத்து வாங்கி அக்கல்வியைத் தொடர முடியாத நிலையில், இலவசமாகக் கிடைக்கின்ற தத்துவவியல் நூல்களைப் பயன்படுத்திக் கொள்ளும் நிலைக்கு இராதாகிருஷ்ணன் ஆட்பட்டார். இது தற்செயலாக நேர்ந்ததுதான். ஆனாலும் இது அவரைப் புகழின் உச்சிக்குக் கொண்டு சென்றதல்லவா! இதுபற்றி இவரது மகன் சர்வபள்ளி கோபால்,

> "சூழலின் கட்டாயத்தால் தத்துவவியல் கல்வியை ஏற்றுக் கொண்டு அதில் தன் ஆழ்திறத்தைக் காட்டி உலகோரின் நன்மதிப்பைப் பெற்றார். இதற்கு இவருடைய சிந்தனையாற்றலே காரணம் என்று கருதுவதைக் காட்டிலும், அது இயற்கையின் விளையாட்டு, விதியின் விருப்பம், கடவுளின் அருள் என்று நாம் கருதலாம். தனக்கு வெற்றிகள் வந்து குவியக் குவிய, தன்னை மீறிய ஓர் ஆற்றலே இவ்வாறு தன்னைச் செயல்பட வைக்கிறது என்று அழுத்தமாக அவர் நம்பினார். இந்த நம்பிக்கையின் அடிப்படையில் தன்னுடைய எண்ணங்களுக்கு வடிவம் தந்து, அவற்றை வெற்றிகரமாக வெளி உலகிற்கு வெளிப்படுத்துவதில் அதிக அக்கறை கொண்டார்"

என்று குறிப்பிடுகிறார்.

சென்னை கிறித்தவக் கல்லூரியில் இராதாகிருஷ்ணனுக்கு வாய்த்த பேராசிரியர்களைப் பற்றி எண்ணும் போது, அவர் பேறு பெற்றவர் என்றே சொல்லத் தோன்றுகிறது. வில்லியம் மில்லர் (William Miller) என்பவர் இராதாகிருஷ்ணனுக்கு ஆங்கில இலக்கியக் கல்வியை அளித்தார். தத்துவவியற் கல்வியை வில்லியம் ஸ்கின்னர் (William Skinner) நல்கினார். மில்லர், ஸ்கின்னர், ஏ.ஜி.ஹாக் (A.G.Hogg) ஆகிய மூவரும் அவருள்ளத்தில் உணர்ச்சியைத் தூண்டுவதற்கும், எண்ணங்களைத் துலக்குவதற்கும் காரண கர்த்தர்களாயினர். இராதாகிருஷ்ணன் தன்னுடைய வாழ்க்கையில் அதுவரை சந்தித்து வந்த மிஷனரிகளைப் போல் இவர்கள் குறுகிய மனப்பான்மையும் குருட்டுப் பிடிவாதமும் கொண்டவர்கள் அல்லர். தம்முடைய சமயத்தின் மீது அவர்கள் கொண்டிருந்த நம்பிக்கையும் பரந்த அறிவுத் திறமும், கூர்ந்த ஆய்வுத் திறமும் இராதாகிருஷ்ணனை ஆட்கொண்டன. தம்முடைய சமயத்தில் இருந்தபடியே ஒருவர் பல்வேறு வகையான அறிவுத் திறங்களைப் பெறலாம் என்ற உண்மையை அவர்கள் வாயிலாக இராதாகிருஷ்ணன் உணர்ந்தார். வருங்காலத்தில் சிறந்த ஆசிரியராக வரவிருந்த இராதாகிருஷ்ணன் வாழ்க்கையில் பயனுற வித்து இடப்பட்ட நேரம் அது.

1906இல் தனிச்சிறப்பு முதல் நிலையில் இளங்கலைக் கல்வியை முடித்த இராதாகிருஷ்ணன், சட்டக் கல்வியைக் கற்க விரும்பினார். ஆனால் சட்டக் கல்லூரியில் சேர்வதற்கு அவருடைய பொருளாதார நிலை இடந்தரவில்லை. தன்னுடைய பெற்றோர்களையும், தம்பியையும் புரக்கும் நிலையில் அவர் இருந்தார். எனவே மாதம் 25 ரூபாய் கிடைக்கும் என்பதற்காக முதுகலை வகுப்பில் சேர்ந்தார். இந்த இக்கட்டான சூழ்நிலையில் இராதாகிருஷ்ணன் மாணவர்க்குப் பாடம் சொல்லிக் கொடுத்து அதன் மூலமாகத் தன் வருவாயைப் பெருக்கிக் கொண்டது மட்டுமன்றி, அறிவையும் விரிவு செய்தார். வேதங்களைக் கற்றதன் விளைவாக அவர் அகத்தில் எழுந்த உயர்வொளியை இது போன்ற புற வறுமைகளால் தடை செய்ய இயலவில்லை.

இராதாகிருஷ்ணன் இளமைக் காலத்தில் பெரும்பாலும் கிறித்தவக் கல்வி நிறுவனங்களிலேயே பயின்றார். அக்கல்வி நிறுவனங்களில் பைபிளைப் பற்றிய உயர் கருத்துகளும், கருத்துகளும் இந்து சமயத்தின் பெருமையைக் குலைக்கும் கருத்துகளும் பரப்பப்பட்டன. இதனால் இந்து சமயத்தின் பெருமையை நிலைநிறுத்த வேண்டும் என்ற நாட்டம் இராதாகிருஷ்ணன் மனதில் மாணவப்பருவந் தொட்டே வளர்ந்து வந்தது. இந்நிறுவனங்களில் கல்வித்தரம் உயர்ந்ததாக இருந்ததால் இவற்றின் மீது இராதாகிருஷ்ணன் மிகு மதிப்பு வைத்திருந்தார். ஆனால் இவை இந்து சமயத்தின் தெய்வீகத் தன்மையை அவமதித்ததால் அவர் வேதனையுற்றார். இராதாகிருஷ்ணனின் ஆசிரியராகிய ஹோக் என்பவர் தன்னுடைய கருத்துகளைத் தன்னடக்கத்தோடு வெளியிடுபவர் என்றும், எதையும் நடுநிலையோடு ஆராய்ந்து பார்ப்பவர் என்றும், எளிதில் யாரையும் புண்படுத்திவிடாதவர் என்றும் டாக்டர் கோபால் புகழ்கிறார். இத்தகு ஆசிரியர்கூட இராதாகிருஷ்ணன் மனம் புண்படுமாறு 'வாழ்க்கையைக் கடிந்தொதுக்குகிற கடுந்துறவிகளுக்குக் கீதை துணை போகிறது'. என்று குற்றஞ்சாட்டியுள்ளார். சுவாமி விவேகானந்தர் அறிவுறுத்திய வினை செயல் வகையையும், நாவன்மையையும் போற்றி ஒழுகிய இராதாகிருஷ்ணன், புனித நூல்களை இவ்வாறு குற்றஞ்சாட்டுவதை ஏற்றுக்கொள்ளவில்லை.

இராதாகிருஷ்ணன் இளமைக் காலத்தில் பெரு வேட்கையுடன் படிக்கத் தொடங்கினார். கணினி போன்ற தன்னுடைய மூளையில், தான் படித்த கருத்துகளைச் சேர்த்து வைத்துக் காத்திருந்தார். பின்னாளில் நினைவாற்றல் மிகுந்த அறிஞராக அவரை உலகம் வியப்புடன் பார்ப்பதற்கு இளமைக் காலத்தில் இவ்வாறு அடித்தளம் இடப்பட்டது. இந்து சமயத்தைப் பற்றிய நூல்களைப் படிக்க படிக்க இந்து சமயம் வியக்கத்தக்க ஓர் இயலுலகு போலவே இராதாகிருஷ்ணனுக்குக் காட்சியளித்தது. இருந்தாலும் சிலர் இந்து சமயத்திற்கு எளிதில் புரியாத விளக்கங்களையே தந்துவந்தனர். அதே நேரத்தில் மேல்நாட்டுக்

கல்வியால் வளர்க்கப்பெற்ற ஆங்கிலத் தத்துவக் கருத்துகளை அவர்கள் அறிமுகம் செய்யத் தலைப்பட்டனர். இந்தச் சூழ்நிலையில் கல்வி நிலையங்களிலிருந்து இந்தியத் தத்துவவியற் கல்வி வெளியேற்றப்பட வேண்டிய நெருக்கடி உருவானது. இந்த நேரத்தில் இந்தியத் தத்துவவியலைத் தவிர வேறெந்தத் தத்துவமும் தன்னுடைய வேட்கையைத் தணிக்க முடியாது என்பதை இராதாகிருஷ்ணன் உணர்ந்தார். இதனை இவரது பின்வரும் கூற்று தெளிவாக்கும்:

> "இந்திய நாட்டுக் கிராமங்களில் வசிக்கின்ற கல்வியற்ற ஏழைகள் கூட தங்களது பழமைமிக்க வீட்டுச் சடங்குகளில் சில ஒழுகலாறுகளைப் போற்றி வருகின்றனர், தம்முடைய வாழ்க்கையின் ஓர் அங்கமாகவே அவர்கள் அவற்றைப் பேணி வருகின்றனர். உலகப் பற்றுகளை அறுத்து வீடுபேறு நாடுபவர்களும், சிந்தனையாளர்களும் பின்பற்றுவதற்கு அவாவுகின்ற ஆன்மிக வாழ்க்கையைப் புரிந்து கொள்வதைக் காட்டிலும், இந்த எளிய மக்கள் பின்பற்றுகின்ற சமய ஒழுகலாறுகளைப் புரிந்து கொள்வது எனக்கு எளிதாக உள்ளது. இவர்கள் பழைய உண்மைகளையும் நீதி மொழிகளையும் நன்கு உணர்ந்தவர்கள். இந்த உண்மைகளும் நீதிமொழிகளும் மானிட வாழ்வில் கண்கவர்க் காட்சியாகப் பரந்து விரிந்து எல்லாக்காலத்து மனிதர்களையும் சிந்திக்க வைத்துள்ளன"

'வேதாந்தங்கள் கூறும் அறமும் அதன் மெய் விளக்க முற்கோளும்' (Ethics of Vedantas and Metaphysical Presuppositions) என்ற ஆய்வுக் கட்டுரையை இராதாகிருஷ்ணன் எழுதுவதற்கு இத்தகுச் சிந்தனைதான் அடிப்படையாக அமைந்தது. இந்த ஆய்வுரையைத் தமது முதுகலைத் தேர்வு நிறைவின் ஒரு பகுதியாக அவர் வழங்கினார். நல்ல வேளையாக இவரைப் புரிந்து ஈர்த்து வழிநடத்திச் செல்வதற்கு ஹோக் வழிகாட்டியாக அமைந்தார். இராதாகிருஷ்ணன் வழங்கிய ஆய்வுரைக்கு ஹோக் அளித்த தகுதிச் சான்றில் "தமது கல்வியில் இரண்டாமாண்டில் இவர் சமர்ப்பித்துள்ள இவ்வாய்வில் தத்துவவியலின் மிக முக்கியச் சிக்கல்களைத் தொட்டுக் காட்டித் திறமையாக விளக்கியுள்ளார். சராசரியாக ஆங்கிலத் தேர்ச்சித் திறத்திற்கும் மேற்பட்டு உயர்ந்துள்ள இவரது விவாதப் போக்கு கடினமான ஆய்வுப் பொருளையும் எளிதில் விளக்குவதற்கு ஏற்ற திறமையாக விளங்குகிறது" என்று பாராட்டுகிறார்.

இந்து சமயத்தின் வலிமையற்ற, மெலிந்து போன போக்கிற்கு, காலத்திற்கொவ்வாத, நடைமுறைக்கு ஏலாத, பகுத்தறிவுக்கு ஒத்து வராத சமய ஒழுகலாறுகள் காரணங்களாகின்றன என்றும் இவற்றை உடனடியாகக் களைந்தெறிய வேண்டும் என்றும் தம்முடைய ஆய்வேட்டில் இராதாகிருஷ்ணன் உறுதிபடக் கூறியுள்ளார். 'பொருளே

அனைத்திற்கும் ஆதாரம்' எனும் பொருள் முதல்வாதக் கோட்பாட்டின் மீது கொண்ட ஈடுபாட்டினால் இராதாகிருஷ்ணன் இவ்வாறு கூறியுள்ளார் என்று காரணம் காட்ட முடியாது. ஏனெனில் வேதாந்த நாட்டமும், ஆன்மிகவாதிகள் சொல்லுகின்ற சகோதர நேயமும் மனிதனுடைய வாழ்வில் பிரதிபலிக்க வேண்டும் என்று இந்து சமயம் கூறுகின்றது. இவை மனிதனுடைய வாழ்க்கையை மகிழ்ச்சியுள்ளதாகவும், அர்த்தமுள்ளதாகவும், வளமானதாகவும் ஆக்குகின்றன. தம்மைப் பிணித்துள்ள மூடநம்பிக்கைகளை இந்திய வேதாந்தத் தத்துவங்கள் விட்டுவிட்டால், மனித நேயத்தை அழித்து அனைத்தையும் தொழில் மயமாக்குகின்ற தற்காலப் போக்கினை வெற்றி கொண்டு, இந்த நூற்றாண்டின் சிறந்த தத்துவங்களாக அவை விளங்கும். வேதாந்தத் தத்துவங்கள் இலட்சிய வாழ்க்கை வாழ்வதற்குரிய வழிகளைக் காட்டுவதுடன், தத்துவங் கடந்து நிற்கின்ற பரம்பொருளையும், உயிரையும் இம்மையிலேயே இணைத்துக் காணுகின்ற வித்தையையும் அறிவுறுத்துகின்றன. இறைவழிபாடும், அந்த இறைவழிபாட்டை மனித நலனுக்குப் பயன் கொள்ள வேண்டும் என்ற எண்ணமும் இணைந்த தத்துவமாக இது உருப்பெறுகிறது.

முதுகலைக் கல்வியை வெற்றிகரமாக முடித்தபிறகு தன்னுடைய மேற்படிப்பிற்காக இராதாகிருஷ்ணன் வெளிநாடு சென்றிருக்கலாம், ஆனால் குடும்பம் இவரது வருவாயை நம்பியிருந்ததால், இவர் இங்கேயே தங்க வேண்டியதாயிற்று. சென்னைக் கல்விப் பணித்துறையில் ஒரு சிறிய வேலையை மிகச் சிரமப்பட்டு பெற்று அரசு ஊழியராகச் சேர்ந்தார். கல்வித்துறையின் வழியாக 1909இல் சென்னை மாநிலக் கல்லூரியின் தத்துவத் துறையில் சேர்ந்தார். கல்வி கற்பித்தலில் பட்டம் பெறுவதற்காக சைதாப்பேட்டையில் இருந்த ஆசிரியர் கல்லூரியில் 1910இல் பயிற்சி பெற்றார். இளைய வயதிலேயே தத்துவவியல் உண்மைகளை ஆழ்ந்தாராய்ந்து வெளிப்படுத்தும் அறிவுத்திறம் இராதாகிருஷ்ணனிடம் புலப்பட்டது. இவரது ஆசிரியரே இவரைத் தம்முடைய மாணவர்களுக்குப் பன்னிரண்டு உரைகளை ஆற்றுவதற்கு ஏற்பாடு செய்தார். இந்த சமயத்தில்தான் 'உளவியலின் தலையாய கூறுகள்' (Essentials of Psychology) என்ற நூலை இராதாகிருஷ்ணன் எழுதி முடித்தார். இந்நூல் 1912இல் ஆக்ஸ்ஃபோர்டு பல்கலைக்கழகத்தால் வெளியிடப் பெற்றது.

1911இல் இராதாகிருஷ்ணன் மீண்டும் சென்னை மாநிலக் கல்லூரியில் வேலைக்கமர்ந்தார். அவர் ஆசிரியப் பணியில் சேர்ந்த நாள் உன்னதமானதொரு நாளாகப் போற்றப்படுகிறது. தம்மைச் சிறந்த ஆசிரியர் என்று அழைக்கப்படுவதையே இராதாகிருஷ்ணன் விரும்பினார். எனவே அவரது பிறந்த நாள் ஆசிரியர்கள் நாளாகக் கொண்டாடப் படுகிறது. இராதாகிருஷ்ணனின் ஆசிரியப் பணித்திறத்தைப் பற்றிக்

குறிப்பிடும் டாக்டர் பாலகிருஷ்ண ஜோஷி, "ஆசிரியர்களுக்கு ஆசிரியராக அமைந்த குருநாதராக இராதாகிருஷ்ணனைக் காண்கிறோம்" என்கிறார். பிற கல்லூரிகளைச் சார்ந்த மாணவர்களும் மாநிலக் கல்லூரிக்கு வந்து இராதாகிருஷ்ணனிடம் பாடம் கேட்கும் அளவிற்கு உளவியல் சார்ந்த கல்வியையும், ஐரோப்பிய அரசியற் சிந்தனைகளையும் அவர் விளக்கிய விதமும் மாணவர்களை ஈர்த்தது. மாணவர்களிடம் நெருங்கிப் பழகும் இனிய பண்பும் அவரிடமிருந்தது. இந்தப் பண்பு இராதாகிருஷ்ணன் பற்றிய மதிப்பையும் உயர் எண்ணத்தையும் பல மாணவர்களிடம் ஏற்படுத்தியிருந்தது. 'என் ஆசிரியர் என்னிடம் தனி அக்கறை காட்டுகிறார்' என்று ஒவ்வொரு மாணவரும் எண்ணி மகிழ்ந்தார். இராதாகிருஷ்ணன் எப்போதும் ஆசிரியர் என்ற உயர்நிலையிலேயே உலவவில்லை. அவ்வப்போது அவர் மாணவர்களிடம் இருந்து சிலவற்றைக் கற்றுக் கொண்டார். மேற்கத்திய சிந்தனைகளைப் பற்றி விரிவாக அறிந்து கொண்டதுடன், அதனை அடியொற்றியும், பண்டிதர்களின் துணையுடன் சமஸ்கிருத செவ்விலக்கியங்களைப் பற்றி அறியும் சிந்தனைப் போக்கையும் இராதாகிருஷ்ணன் வளர்த்துக் கொண்டார். பன்னாட்டு அறவியல் (International Journal of Ethics), ஆசியவியல் மறுசீராய்வு (Asuatic Review) போன்ற பன்னாட்டு இதழ்களுக்கு ஆய்வுக் கட்டுரைகளைத் தொடர்ந்து எழுதி வந்தார்.

சென்னைக் கல்விப் பணித் துறையிலிருந்து இராதாகிருஷ்ணன் மாற்றலாகிப் பல்கலைக்கழகத்தில் பொறுப்பேற்பதற்கு டாக்டர் இ.ஆர். ரெட்டி முக்கியக் காரணமாக இருந்தார். 1918இல் இராதாகிருஷ்ணன் மைசூர் பல்கலைக்கழகத்தில் தத்துவவியல் பேராசிரியராகப் பொறுப்பேற்றார். எழுத்தாற்றல் மிக்க இராதாகிருஷ்ணன் மிகத் துடிப்பான பல கட்டுரைகளை எழுதினார். இவற்றுள் 'இரவீந்திரநாத் தாகூரின் தத்துவம்' (The Philosophy of Rabindranath Tagore) என்ற கட்டுரை குறிப்பிடத்தக்கதாகும். தொடர்ந்து 'சமகாலத் தத்துவவியலில் சமயத்தின் ஆட்சி' (The Reign of Religion in Contemporary Philosophy) என்ற கட்டுரையை எழுதினார். படைப்பிலக்கியங்களிலும் இராதாகிருஷ்ணன் தம் திறமையைக் காட்டியுள்ளார். அவற்றில் 'லீலாவின் குற்றம்' (The Crime of Leela) என்ற நாவல் எழுத்துருவிலேயே இன்னும் உள்ளது. ஆங்கில மொழியில் இருந்த வல்லமை காரணமாக இராதாகிருஷ்ணன் சிறந்த நாவலாசிரியராகத் திகழ்ந்திருக்க முடியும். ஒரு காலத்தில் தொடர் நாவல்களை எழுதுவதற்கான திட்டமும் அவர் வைத்திருந்தார். இந்நாவல்களின் வாயிலாக இந்திய மரபினை எடுத்துச் சொல்லவும் அவர் எண்ணியிருந்தார். ஆயினும் தனக்கிருந்த ஆங்கில மொழியாற்றலின் காரணமாக இந்திய மரபின் தத்துவவியல் பரிமாணங்களைப் பல்வேறு இலக்கியங்களின் வாயிலாக இராதா கிருஷ்ணன் வெளிக் கொணர்ந்தார். இந்தியத் தத்துவவியல் பற்றிய

சரியான நூலை உருவாக்க முடியும் என்று பேராசிரியர் ஜே.எச். மியூர் ஹெட் (Prof. J.H.Muirhead) கூறியதோடு, அவருக்குச் சரியானதொரு வழியையும் காட்டினார். இளைய வயதிலேயே பேராசிரியராக உயர்ந்த இராதாகிருஷ்ணன் வாழ்க்கை முழுதும் தாம் கைக்கொள்ள இருக்கின்ற சரியான தொழிலைக் கண்டு கொண்டார்.

கல்கத்தா பல்கலைக்கழக மனவொழுக்க அறிவியல் துறையில் (Mental and Moral Sciences) ஐந்தாம் ஜார்ஜ் மன்னரின் பெயரிலமைந்த பேராசிரியர் பணிக்கு 1920இல் காலியிடம் ஏற்பட்டது. அப்போது அப்பல்கலைக்கழகத் துணைவேந்தராக இருந்த சர். அசிடோஷ் முகர்ஜி (Sir Ashitosh Mukerjee) அப்பணிக்கு இராதாகிருஷ்ணனை அழைத்தார். அந்தப் பதவிக்காக அப்போது மாதமொன்றுக்கு ரூ.1000/- ஊதியம் வழங்கப்பட்டது. கை நிறைந்த இந்த வருவாயால் தன் பணக்கவலைகள் ஒருவாறு தீரும் என்பதால் இராதாகிருஷ்ணன் இப்பதவியை ஏற்றுக் கொண்டார். இதனால் ஆதரவற்றவர்கள் போல் உணர்ந்த மைசூர் பல்கலைக்கழக மாணவர்கள் நெஞ்சம் நெகிழும் வகையில் அவருக்கு நல்விடை நல்கி விழா நடத்தினர்.

கல்கத்தா பல்கலைக்கழகத்தின் கல்விக்குழுக் கூட்டத்தில் சொற்பொழிவு நிகழ்த்தியதுடன் இராதாகிருஷ்ணன் தன்னுடைய பல்கலைக்கழகப் பணியைத் தொடங்கினார். கட்டுக்கடங்காத ஆர்வத்தோடு பல நூல்களை அவர் படித்தார். சளைக்காமல் பல சொற்பொழிவுகளை அவர் நிகழ்த்தினார். இவற்றிற்கிடையே பல நூல்களையும் எழுதிக் குவித்தார். தன்னுடைய புகழ் என்றும் நிலைக்கும் வண்ணம் இந்தியத் தத்துவங்கள் பற்றிய இரு தொகுதிகளை இராதாகிருஷ்ணன் இங்குதான் உருவாக்கினார். குறிக்கோள் திட்டத்துடன் கூடிய பேராசிரியராக இராதாகிருஷ்ணன் விளங்கினார் என்பதைப் பின்வரும் சான்று மெய்ப்பிக்கும். உலக ஒருமைப்பாட்டை எய்துவதற்கு வேதங்கள் சொல்லுகின்ற இந்துசமயம் சிறந்த வழியாக இருக்க முடியும் என்று அவர் கருதினார். இந்து சமயம் என்பது மந்திரச் சொற்கள் அடங்கிய சடங்குகளின் பாற்பட்ட மறைபொருள் என்று கருதமுடியாது என்பதை இதன்மூலம் சாதிக்க இயலும் என்று இராதாகிருஷ்ணன் கருதினார். இராதாகிருஷ்ணன் இந்தக் குறிக்கோளைத் தான் எழுதிய மேற்குறிப்பிட்ட இரு தொகுதிகளிலும் நிறைவேற்றிக் காட்டினார். 1936இல் அவர் தமது இரண்டாம் தொகுதியை வெளியிட்ட பின்னர், பத்து ஆண்டுகள் கழித்து,

"தத்துவத்தில் ஆழங்காற்பட விரும்பும் மாணவர்களும், சமஸ்கிருதம் வல்ல அறிஞர்களும் இந்நாட்டில் பலர் இருக்கிறார்கள் என்பதை நானறிவேன். நான் கற்றறிந்த செய்திகளை என்னுடைய எழுத்துகளால் பதிவு செய்ய வேண்டும் என்பது மட்டும் என் கருத்தன்று. மனத்தின் இயக்கத்தை

வெளிப்படுத்த வேண்டும் என்பதும், அதன் வழி இந்தியர்களின் வணங்கத்தக்க இயல்பினை இவ்வுலகிற்குப் புலப்படுத்த வேண்டும் என்பதும் என் மனக்கருத்துகளாகும். விந்தையானது; பழமைகளின் கவர்ச்சிக் கூடமாகத் திகழ்வது; உலக ஆன்மிகத் தோட்டத்திற்கு உதவுவது என்றெல்லாம் இந்தியத் தத்துவங்கள் கருதப்பட்ட காலம் உண்டு. ஆனால் அந்தக் கருத்துகளெல்லாம் பொதுவாக மறைந்து வருகின்றன"

என்று இராதாகிருஷ்ணன் வியந்து கூறியுள்ளார்.

இராதாகிருஷ்ணன் கல்கத்தாவில் பணியாற்றிக் கொண்டிருக்கும் போது, ரவீந்திரநாத் தாகூருடன் நெருங்கிப் பழகும் வாய்ப்பினைப் பெற்றிருந்தார். தாகூரைப் பற்றி இராதாகிருஷ்ணன், ஏற்கனவே விரிவான நூலொன்று எழுதியிருந்தார். அவர் கல்கத்தாவில் இந்தியத் தத்துவவியல் பேரவைக் கட்டடத்தை உருவாக்கினார். அந்தப் பேரவையின் முதல் அமர்வுக்குத் தாகூரைத் தலைவராக அமர்த்தினார். தாகூரின் தத்துவம் பற்றித் தான் எழுதிய நூலொன்றுக்கு அறிமுகவுரை தரும்படி இராதாகிருஷ்ணன் தாகூரை வேண்டியபொழுது,

"நான் தத்துவவியலைப் பொருத்த வரையில் எம். ஜோர்டெயினைப் (M.Jourdain) போன்றவன். ஜோர்டெயின் உரைநடையைப் பற்றி ஒன்றும் தெரியாமலேயே தன் வாழ்நாள் முழுவதும் அதையே பேசி வந்தார். 'என்னுடைய எழுத்துகள் தத்துவவியல் ஊகங்கள் எனும் தங்கத் துகள்களைக் கரைத்துச் செல்கின்ற ஓடைகள்' என்று நான் சொன்னால் அது என்னை நானே போற்றிக் கொள்கின்ற வீண் தற்பெருமை என்று மெய்க்கூச்ச உணர்ச்சி கொள்கின்றேன். இந்தத் தங்கத் துகள்களை விலைமதிப்பற்ற சிறு சிறு துணுக்குகளாகச் சேர்த்து, பின் அவற்றை ஒன்றாகச் சேர்த்து உருக்கித் தங்கக் கட்டிகளாக்கித் தந்துள்ளேன் என்று சொல்கிறீர்கள். இதற்கு முடிவு கூற வேண்டியவர்கள் வாசகர்களேயாவர். என்னுடைய தத்துவவியல் விளக்கங்களைப் பற்றி நானே கருத்துரைப்பது சரியாகாது என்று கருதுகின்றேன்"

என்று தாகூர் நயமாக மறுத்துரைத்துள்ளார்.

ஆனால் தாகூர் இவ்வாறு அடக்கத்தோடு கருத்துரைத்தாலும் மனித இனத்திற்கு வழிகாட்டுகின்ற தத்துவவியலாளர் என்று உலகோர் அனைவராலும் அவர் போற்றப்பட்டார்.

1927இல் இலண்டனில் நடந்த பிரிட்டிஷ் பேரரசுப் பல்கலைக் கழகங்களின் பேரவைக் கூட்டத்தில் கல்கத்தா பல்கலைக்கழகத்தின்

சார்பாக இராதாகிருஷ்ணன் கலந்து கொண்டார். அங்கு ஆக்ஸ்ஃபோர்டைச் சார்ந்த மான்செஸ்டர் கல்லூரி முதல்வர் அழைப்பிற்கிணங்க அப்டான் சொற்பொழிவுகளை (Upton Lectures) அவர் ஆற்றினார். 'இந்து சமயம் என்பது ஒரு பொய்த்தேவு; ஊழ்வலிக் கோட்பாட்டை வலியுறுத்துவது; பழமைவாதத் தெகுப்பு' என்று அங்குள்ளவர்கள் இந்து சமயத்தைப் பற்றிக் கருதிய இந்தத் தவறான நினைப்பைத் தம்முடைய சொற்பொழிவால் இராதாகிருஷ்ணன் மாற்றினார். இராதாகிருஷ்ணன் விளக்கிய இந்து சமயத் தத்துவங்கள், ஏற்கனவே நூல்களில் சொல்லப்பட்ட பழைய விளக்கங்களே. ஆயினும் இராதாகிருஷ்ணன் தந்த விளக்கங்கள் அறிவியல் பூர்வமான அணுகுமுறையைக் கொண்டிருந்தன.

> "வேதங்களின் மீது இந்துக்கள் கொண்டிருந்த மதிப்பு, பல்வேறுபட்ட திறனாய்வுகளால் பக்குவப் படுத்தப்பட்ட மதிப்பாகும். இந்த நம்பிக்கை நமது முன்னோர்களுக்குக் கைகொடுத்து உதவியது. அதே நம்பிக்கை இன்று நமக்கும் உதவுகிறது. தற்காலப் பிரச்சினைகளைத் தீர்ப்பதற்குப் பண்டைக் காலத்தில் உருவாக்கப்பட்ட நம்பிக்கைகள் பயன்படவேண்டும் என்று இன்று நாம் எதிர்பார்க்கிறோம். எனவே இதுபோன்ற நம்பிக்கைகள் திறனாய்வுகள் மூலம் சோதித்துப் பார்க்கப்படுகின்றன. கடவுளின் அருளால் முன்னோர்கள் தந்த விலைமதிப்பற்ற இந்தத் தத்துவங்கள் இன்றும் பயன் தந்து வருகின்றன. ஏனெனில் கடவுளது அன்பும் அருளும் என்றும் வரையாது வளர்வதாகும். நமது சமய அநுபவங்கள் அறிவியல் நோக்கோடு அணுகிப் பார்ப்பதற்கு இடந்தருவனவாக இருத்தல் வேண்டும். அறிவு வளர வளர, இறையருளும் உடன் வளர்கிறது. இதனால் எந்தெந்தக் கருத்துகள் நம்முடைய புலன்களுக்கு ஏற்புடையதாக இருக்கின்றனவோ அவை மட்டும் ஏற்றுக் கொள்ளப்படுகின்றன. பிறவெல்லாம் ஒதுக்கப்படுகின்றன."

இராதாகிருஷ்ணனின் இத்தகு அறிவார்ந்த சொற்பொழிவு அங்குக் கூடியிருந்த அறிஞர் பெருமக்களுக்குக் கிளர்ச்சியூட்டியது. இந்தச் சொற்பொழிவுகளே பின்னர் 'இந்துவின் வாழ்க்கை நோக்கு' (The Hindu view of Life) என்ற நூலாக வெளிவந்தது. இந்நூல் பல பதிப்புகளைக் கண்டது. இது எல்.பி.ஜாக்ஸ், (L.P.Jacks) ஜே.பி.எஸ். ஹால்டேன் (J.B.S. Haldane) போன்ற மேனாட்டு அறிஞர்களிடம் நீங்காத செல்வாக்கைப் பெற்றது.

காங்கிரஸ் பேரவைக் கூட்டம் முடிந்த பின்னர் இராதாகிருஷ்ணன் அமெரிக்க ஐக்கிய நாட்டிற்குச் சென்றார். அங்கு சிகாகோ நகரில் ஹாஸ்கெல் சொற்பொழிவுகளை (Haskel Lectures) ஆற்றினார். பின்

ஹார்வார்டில் (Harward) கூடிய பன்னாட்டுத் தத்துவப் பேரவையில் கலந்து கொண்டார். அங்கு 'உலக நாகரிகங்களை வளர்த்ததில் தத்துவத்தின் பங்கு' என்பது பற்றிச் சொற்பொழிவாற்றினார். தமக்கு இயல்பாகவே வாய்க்கப் பெற்ற ஆர்ப்பொலிவுடன் கூடிய ஆங்கிலச் சொற்பொழிவை சமஸ்கிருத மரபுத் தொடர்களால் அழகுறச் செய்து அனைவரையும் கவர்ந்தார். விளக்குவதற்கரிய தத்துவங்களைக் கூட எளிமையையும் நகைச்சுவையையும் அளவோடு கலந்து வழங்கினார். முதன் முறையாகக் கருங்கடலைக் கடந்து இராதாகிருஷ்ணன் சென்ற பயணத்தை ஒரு 'வெற்றிப் பயணம்' என்றே கூறலாம்.

இராதாகிருஷ்ணன் வெற்றியோடு இந்தியாவுக்குத் திரும்பிய உடனேயே அவர் பணியாற்றிய பல்கலைக்கழகத்தில், வளாக அரசியலின் காரணமாகக் கல்கத்தா பல்கலைக்கழகத்தின் துணைவேந்தர் ஜாதுநாத் சர்க்காருக்கு (Jadunath Sarkar) எதிராக ஆசிரியர்கள் திரண்டிருந்தனர். பல்கலைக்கழக நிர்வாகத்தில் அரசாங்கம் தலையிட்டுக் குழப்பத்தை ஏற்படுத்தக்கூடாது என்ற கருத்தை இராதாகிருஷ்ணன் துணிந்து வெளிப்படையாகவே கூறினார். ஆசிரியப் பணியோடு முதுகலைக் கல்விக் கழகத்தின் தலைவராகவும் இராதாகிருஷ்ணன் பணியாற்ற வேண்டியிருந்தது. பல்கலைக்கழக ஆட்சிக்குழு உறுப்பினராகவும், பல்கலைக்கழக அமைப்பாண்மைக் குழுவின் முக்கிய உறுப்பினராகவும் இவர் தேர்ந்தெடுக்கப்பட்டார்.

இவ்வாறு பல பொறுப்புக்களை இராதாகிருஷ்ணன் ஏற்றிருந்தாலும், அறிவுப்பணியே இவரது தலையாய பணியாக விளங்கியது. இவர் எழுதி வெளியிட்ட இந்தியத் தத்துவங்கள் (Indian Philosophy) நூற்றொகுதிகள் பெற்ற வெற்றியே போதும் என்று இவர் ஓய்வு கொள்ளவில்லை. இவற்றைக்காட்டிலும் சிறந்த படைப்புக்கள் வரவிருந்ததை, இவரது சொல்லும் செயலும் வெளிப்படுத்தின. இந்தக் காலத்தில்தான் 'நமக்குத் தேவையான சமயம்' (The Religion we need) 'கல்கி' அல்லது 'நாகரிகத்தின் எதிர்காலம்' (Kalki or the Future of Civilization), 'இந்துஸ்தானின் இதயம்' (The Heart of Hindustan) போன்று இவர் எழுதிய சிறந்த படைப்புக்களுள் சில வெளிவந்தன. லண்டன் பல்கலைக்கழகத்திலும் மான்செஸ்டர் பல்கலைக்கழகத்திலும் இராதாகிருஷ்ணன் ஹிபெர்ட் சொற்பொழிவுகளை (Hibbert Lectures) ஆற்றினார். ஆர்வலர்களைப் பேரெண்ணிக்கையில் கவர்ந்திழுத்த இந்த உரைகள் 'ஓர் இலட்சியவாதியின் பார்வையில் வாழ்க்கை' (An Idealist View of Life) என்ற நூலாக வெளிவந்தது. பின்னாளில் இந்நூல் பல பதிப்புக்களைக் கண்டது. இவ்வாறு இராதாகிருஷ்ணன் தாம் ஆற்றிய உரைகள் வாயிலாகவும் வெளியிட்ட நூல்கள் வாயிலாகவும் 'ஐரோப்பாவிலும், அமெரிக்காவிலும் போற்றத்தக்கதொரு மாமனிதராகக் கருதப்பட்டார்' என்று டாக்டர் கோபால் குறிப்பிடுகிறார்.

மைசூர் பல்கலைக்கழகத்தில் இராதாகிருஷ்ணன் பணியாற்றுவதற்குக் காரணமாக இருந்த டாக்டர் சி.ஆர்.ரெட்டி, அவரை 1927இல் ஆந்திரப் பல்கலைக்கழகத்தின் முதல் பட்டமளிப்பு விழாவில் உரையாற்ற அழைத்தார். நான்காண்டுகட்குப் பிறகு இராதாகிருஷ்ணன் வால்டேரில் உள்ள ஆந்திரப் பல்கலைக்கழகத்தின் துணைவேந்தரானார். பல்கலைக்கழகம் வழங்கும் கல்வியிலுள்ள சிக்கல்களை நன்கு அறிந்து வைத்திருந்த இராதாகிருஷ்ணனுக்கு அச்சிக்கல்களைக் களையவும், கல்வித் தரத்தை மேம்படுத்தவும், தமது எண்ணங்களுக்குச் செயல் வடிவம் தரவும் இது ஒரு நல்ல வாய்ப்பானது. இதனால் ஆந்திரப் பல்கலைக்கழகத்தைத் தனித் தகுதி பெற்ற கல்வி நிறுவனமாக உயர்த்தினார். ஓர் இலட்சியக் கிராமமாக விளங்கிய வால்டேர், ஆசிரமம் போன்ற சூழலைத் தந்தது. தனிச்சிறப்புப் பட்டங்களுக்கான கல்வியை வழங்குவதும், பட்ட மேற்படிப்புக்கான கல்வியை உருவாக்குவதும் இவரது முதற்பணிகளாக அமைந்தன. இதற்காக அந்நிறுவனத்தை அரசியல் குறுக்கீடுகளிலிருந்து அவர் காப்பாற்ற வேண்டியிருந்தது. அறிவியற் பாடங்களை மேம்பட்ட முறையில் கற்றுத்தரவும், கலைப்பாடங்களை நயமுறக் கற்றுத்தரவும் மிகச் சிறந்த ஆசிரியர்களை இராதாகிருஷ்ணன் தெரிவு செய்தார். அறிவியல் தொழில் நுட்பக் கல்விக்கான பாடத்திட்டங்களை வகுப்பதற்காக ஆற்றல் மிகுந்த அறிஞர்களான சி.வி. இராமன், எம். விஸ்வேஸ்வரய்யா, போன்றவர்களின் துணையை நாடினார். ஆய்விற் சிறந்தவர்களுக்கு ஊதிய உயர்வு விகிதங்களை முன்கூட்டியே அளித்து ஆய்வுப் போக்கினை ஊக்கினார். குடியிருப்போடு இணைந்த பல்கலைக்கழகம் அமைக்க ஆக்ஸ்ஃபோர்டு முறையில் திட்டமிட்டார். பல்கலைக்கழகத்தில் கல்வி கற்று வெளியேறும் மாணவர்கட்குச் சிறப்புச் சொற்பொழிவாற்றுவதற்காக இரவீந்திரநாத் தாகூரை அழைத்தார். நூலகத்திற்குத் தேவையான கட்டிடங்கள், பொருட்கள், நூல்கள் அனைத்தையும் பெற்று நூலக வசதிகளைப் பெருக்கினார். அன்று இராதாகிருஷ்ணன் அடிக்கல் நாட்டிய பல கட்டிடங்கள் இன்று பழஞ்சிறப்புடன் காணப்படுகின்றன.

கீழ்த்திசைச் சமயங்களுக்கான ஸ்பால்டிங் பேராசிரியராக (Spalding Professor) மூன்று ஆண்டுகள் பணியாற்றுவதற்காக 1936இல் ஆக்ஸ்ஃபோர்டு பல்கலைக்கழகத்திற்கு இராதாகிருஷ்ணன் சென்றார். ஒப்பியல் சமயம் பற்றி அவர் ஆற்றிய உள்ளொளி வீசும் உரைகளால் பேராசிரியர்களும் மாணவர்களும் பாமரர்களும் வயப்பட்டனர். இதனால் அங்குள்ள மாதா கோவில்களிலும் வழிபாட்டிடங்களிலும் சொற்பொழிவாற்றும்படி பலரும் அவரை அழைத்தனர். 1937இல் புத்தரைப் பற்றி பிரிட்டிஷ் கழகத்தில் (British Academy) ‘தலைமை ஞானி’ என்ற பொருளில் (Master Mind) சொற்பொழிவுகளை நிகழ்த்தினார். தமது சொற்பொழிவுகளால் இங்கிலாந்தில்

வியப்பார்வத்திற்குரிய கிளர்ச்சியை ஊட்டிய புகழுடன் இந்தியாவிற்குத் திரும்பிய இராதாகிருஷ்ணன் உற்சாகத்துடனும் பெருமையுடனும் வரவேற்கப்பட்டார். அடிமைப்பட்டிருந்த இந்தியாவை விடுவிக்கத் தலைமைதாங்கி நடத்திச் சென்ற மகாத்மா காந்தி அப்பொழுது இராதாகிருஷ்ணனுக்குப் பின்வருமாறு எழுதினார்:

> “நம்முடைய முன்னோர்கள் நமக்கு விட்டுச் சென்ற பாரம்பரியத்தை நாம் நன்முறையில் போற்றவில்லை என்று நான் உணர்கிறேன். அந்தப் பாரம்பரியங்களை உணர்ந்து கொள்வதற்கும் அறிந்து கொள்வதற்கும் நாம் முயற்சிகள் எடுக்கவில்லை. ஆனால் இந்திய அறிவாண்மையை மேற்கத்திய நாடுகளுக்கு எடுத்துச் சொல்வதில் நீங்கள் வெற்றி பெற்றிருக்கிறீர்கள் என்பதை நான் அறிந்து மகிழ்கிறேன்.”

இந்தக் கால கட்டத்தில் மகாத்மா காந்தி மீதும் ஜவஹர்லால் நேரு மீதும் இராதாகிருஷ்ணன் கொண்டிருந்த நாட்டம் மேலும் வலுப்பட்டது. முக்கியமான சொற்பொழிவுகளை நிகழ்த்தும் போது இவர்களைப் பற்றிப் புகழ்ந்து பேச அவர் தவறியதில்லை. பல்கலைக்கழகப் பட்டமளிப்பு உரையாற்றும் போது கூட தன்னுடைய நாட்டுப்பற்றுணர்வினை அவர் மறைத்துப் பேசுவதில்லை. இவரது பேச்சுகளில் இந்தியாவிற்கு அரசியல் விடுதலை வேண்டும் என்ற நாட்டமிருந்தது. ஆயுதத்தின் மூலம் மக்கள் ஒடுக்கப்படுவதை எதிர்த்தார். இங்கிலாந்திலும் இந்தியாவிலும் பெரிதும் மதிக்கப்படுகின்ற அறிஞராக இராதாகிருஷ்ணன் விளங்கியதால் இங்கிலாந்து அமைச்சர்கள் காந்தியடிகளின் கோரிக்கைக்குச் செவிசாய்க்குமாறு இராதாகிருஷ்ணன் கேட்டுக்கொண்டார். தென்னாப்பிரிக்காவுக்கு 1939இல் சென்று அங்கு வாழ்ந்து வந்த இந்தியர்களின் வாழ்க்கையொழுக்கங்கள் சீர்பெற்று வலிமையுறும் வண்ணம் இந்தியாவின் பழைய அறிவாண்மைக் கருத்துகளை அவர்களிடையே பரப்பினார். இராதாகிருஷ்ணனிடம் ஈடுபாடு கொண்ட ஒருவர் ‘இந்தக் கற்றறிந்த பேராசிரியர் ஒரு புதிய உலக மதத்தைத் தாபிக்கலாம்’ என்று வேண்டுகோள் விடுக்கும் அளவிற்கு இந்து சமயத்தையும் கிறித்துவ சமயத்தையும் ஒப்பிட்டு ஆற்றிய சொற்பொழிவுகள் ஆற்றல் வாய்ந்ததாக அமைந்தன.

உலகப்போர் மூண்டதும் இராதாகிருஷ்ணன் மீண்டும் இந்தியாவிற்குத் திரும்ப வேண்டியதாயிற்று. இந்தியாவிற்கு வந்தவுடன் வாரணாசிப் பல்கலைக்கழகத் துணைவேந்தராக நியமிக்கப்பட்டார். இப்பதவி முதலில் அவருக்கு நிறைவளிக்கவில்லை. ஆனாலும் காந்தியடிகளும் மாளவியாவும் இந்த மிகப் பெரிய பொறுப்பை அவர்தான் வகிக்கவேண்டும் என்று விரும்பினார்கள். அகன்ற நோக்கோடு அணுகும் தமது ஆய்வு முறைக்கேற்ப, தான் பொறுப்பேற்ற பல்கலைக்கழகத்தில்

பெயரிலுள்ள 'இந்து' என்ற பதத்தின் விரிபொருளை (பனாரஸ் இந்து பல்கலைக்கழகம்) அவர் பிறர்க்கு உணர்த்தினார்.

இதுபோன்ற பெரிய புகழ்வாய்ந்த கல்வி நிறுவனங்களுக்குத் தலைமையேற்று நடத்திச் செல்வது என்பது அக்காலத்தில் எளிதான ஒன்றல்ல. ஏனெனில், ஒருபுறம் ஆற்றல் வாய்ந்த அரசியல் இயக்கம் இந்திய விடுதலைக்காகப் போராடியது; மறுபுறம் அவர்களைப் போன்றே சம ஆற்றல் வாய்ந்த ஆட்சியாளர்கள் எதற்கும் அசைந்து கொடுக்காது இருந்தனர். இவ்வாறு இருவேறுபட்ட முரண்பாடான சூழல்களை இவர்கள் தினமும் சந்திக்க வேண்டியிருந்தது. இந்திய தேசிய காங்கிரசின் தலைவர்கள் மீது கொண்ட ஈடுபாட்டையும் தன்னுடைய நாட்டுப் பற்றுணர்வையும் இராதாகிருஷ்ணன் எப்போதும் மறைத்து வைத்ததில்லை. அதே சமயத்தில் ஆட்சியாளர்களின் வெஞ்சினத்திலிருந்து மாணவர்களைக் காப்பாற்றவும் ஆட்சியாளர்களிடம் சளைக்காது போராட வேண்டியிருந்தது. இத்தகு இயல்பினால் இராதாகிருஷ்ணன் அனைவர் மனத்திலும் உயர்ந்து நின்றார். 'உதவுவதே உயர்வு' என்ற உயர்நிலையை எய்தினார். ஒரு சமயம் மைக்கேல் நெதர்சோல் (Michael Nethersole) என்பவர் ஒருங்கிணைந்த மாகாணங்களில் ஏற்பட்ட கலகங்களை அடக்கும் பொறுப்பில் நியமிக்கப்பட்டார். இராதாகிருஷ்ணனிடம் கடுமையாக நடந்துகொள்ளும்படி அச்சமயத்தில் ஆளுநராயிருந்த சர் மோரிஸ் ஹேலட் (Sir Maurice Hallett) தந்த ஆணையை இவர் வெளிப்படையாகவே மறுத்தார். "மாண்புமிக்கவரே, நீங்கள் இந்த மாகாணத்திற்கு கவர்னராக இருக்கலாம். ஆனால் நீங்கள் என்றைக்காவது அனைத்து மக்கள் பிரிட்டிஷ் கழகத்தில் உயர்கலைக்கழக உறுப்பினர் ஆகமுடியும் என்று நம்புகிறீர்களா?" என்று கேட்டபோது சர் மோரிஸ் ஹேலட் அயர்ந்து போனார்.

பல்கலைக்கழக ஆசிரியர்களையும் அலுவலர்களையும் நியமிப்பதில் திறமைக்கு முன்னுரிமை அளித்து, பல்கலைக்கழகத்தின் ஆற்றலை இராதாகிருஷ்ணன் பெருக்கினார். விரிவுரையாற்றுதலின் வாயிலாகவும், தலைமையுரை, பட்டமளிப்பு விழா உரை ஆற்றுவதன் வாயிலாகவும் எந்நேரமும் எதையும் சிந்திப்பவராக இராதாகிருஷ்ணன் தம்மை ஆக்கிக் கொண்டார். அவர் இந்தியாவெங்கிலும் ஆற்றிய இவ்வுரைகள் கேட்போரை இலட்சிய உணர்வு நிலைக்கும் உயர்நிலைக்கும் கொண்டு சென்றன.

இந்தியா விடுதலை பெற்றவுடன் பலர் ஓய்வு நாட்களை எண்ணி அமைதியடையலாயினர். இராதாகிருஷ்ணன் சவால் விடுக்கும் பணிகளை மகிழ்வோடு ஏற்றுக் கொண்டார். அவர் பல்கலைக்கழகக் குழுவின் தலைவராக இருந்தபோது ஜாகிர் உசேன், மேக்நாத் சாஹா,

லட்சுமணசாமி முதலியார் உள்ளிட்ட கல்வி நலஞ்சான்ற பத்து உறுப்பினர்கள் கொண்ட ஒரு குழுவை இந்தியாவிலுள்ள இருபத்தைந்து பல்கலைக் கழகங்களுக்கு அழைத்துச் சென்றார். இதனடிப்படையில் இவர் தயாரித்தளித்த அறிக்கை, தற்கால இந்தியக் கல்விமுறைகளின் தூண்களுள் ஒன்றாகத் திகழ்கிறது. உயர்கல்வி நிறுவனங்கள் எதிர்கொள்ளும் பிரச்சினைகளைக் களைவதற்கும் கல்வித் தரத்தை மேம்படுத்துவதற்கும் இராதாகிருஷ்ணன் வழங்கிய பரிந்துரைகள் இணையற்றவையாகவும் தள்ளிவிட முடியாதவையாகவும் விளங்குகின்றன. ஆனால் இந்தப் பரிந்துரைகளில் பெரும்பான்மையானவை நடவடிக்கை எடுக்கப்படாமல், எய்திய பலனைத் தராமல் தூசு படிந்து கிடப்பது துரதிருஷ்டமானதாகும்.

ரஷ்யாவிற்கான இந்தியத் தூதராக இராதாகிருஷ்ணன் 1949இல் நியமிக்கப்பட்டார். அமைதிப்போர் சூழ்ந்த புகை மண்டலத்தின் நடுவே தத்துவவாதியாகவும் அரசியல் மேதகையாகவும் ஒருங்கே விளங்கிய இராதாகிருஷ்ணனே இப்பதவிக்குத் தகுதியானவர் என்று நேரு அறிந்திருந்தார். அப்போது ரஷ்யாவின் தலைவராக இருந்த ஸ்டாலின் இந்தத் தேர்வினை வரவேற்றார். பல்வேறு நாடுகளுக்கிடையே நிலவுகின்ற மனக்கசப்பை நீக்குகின்ற உலக அமைதிக்காகப் பாடுபட்டு வரும் அறிஞரிடம் அவர் பெருமதிப்பு வைத்திருந்தார். "இந்த மனிதர் பிற வழக்கமான தூதுவர்களைப் போல இல்லை. இவர் தனது உள்மனதைத் திறந்து உண்மையான இதயத்தோடு பேசுகிறார்" என்று இந்தியத் தூதர் இராதாகிருஷ்ணனோடு நடந்த தமது முதல் சந்திப்பு பற்றி ஸ்டாலின் குறிப்பிட்டுள்ளார். இந்தியாவில் நிலவிய பஞ்சத்தின் காரணமாக ரஷ்யா அனுப்பிய கோதுமை, கொரியப் போர் ஆகியவை ரஷ்ய-இந்திய உறவை நிர்ணயித்த இச்சூழலில் இராதாகிருஷ்ணனைக் கடமைகள் சுமையாய் அழுத்தின. உயர்பதவி வகித்த காலத்திலும் ஆக்ஸ்ஃபோர்டு பல்கலைக்கழகத்தில் பல வகுப்புகளை அவர் எடுத்தார். 'க்ரெம்ளின் என்றாலும் காசி என்றாலும் இராதாகிருஷ்ணனின் அறிவுச் சுடரொளி தொய்வில்லாமல் ஒரே சீராக வளர்ந்தது' என்று ஆர். வெங்கட்ராமன் கூறுவது இங்குக் குறிப்பிடத்தக்கதாகும்.

இந்தியத் துணைக் குடியரசுத் தலைவராக இராதாகிருஷ்ணன் 1952இல் பொறுப்பேற்றார். உயர் தகுதிகளுடன் ராஜ்ய சபைக்குத் தலைமை வகித்த இராதாகிருஷ்ணனுக்கு அனைத்து உறுப்பினர்களின் முழுமையான ஆதரவு கிடைத்தது. அவருக்கு 1954இல் பாரத் ரத்னா பட்டம் வழங்கப்பட்டது. 1962இல் இந்தியக் குடியரசுத் தலைவராக உயர்ந்தார்.

இராதாகிருஷ்ணன் குடியரசுத் தலைவராக இருந்தபோதுதான் சீன ஆக்கிரமிப்பால் இந்தியாவின் இறையாண்மைக்குப் பேரிடி வந்தது.

இந்த இக்கட்டான நேரத்தில் இராதாகிருஷ்ணனின் துணிவும் ஆறுதலும் மிக்க உரைகள் இந்தியாவின் ஒருங்குணர்வை மேம்படுத்துவனவாக அமைந்தன. நாட்டு மக்களுக்குரிய கடமைகளைத் துயரம் மிகுந்த அந்த வேளையில் இராதாகிருஷ்ணன் எடுத்துக்காட்டி உணர்த்தினார்.

> "மிகவும் இடரான நிலப்பகுதியாலும் சீனப் படைகள் எண்ணிக்கையில் மிகுந்திருந்ததாலும் நாம் போரில் பின் வாங்க வேண்டியதாயிற்று. இவை நமக்குச் சூழ்நிலையின் உண்மையை உணர்த்தி நம் கண்களைத் திறந்தன. நம்முடைய குறைபாட்டை இப்போது நாம் உணர்ந்து விட்டோம். ஆனாலும் தற்கால அவசியத்தின் பொருட்டும் எதிர்காலத் தேவையின் பொருட்டும் நாம் வாழ வேண்டியிருக்கிறது. ஒரு புதிய பயன்பாட்டையும் புதிய உறுதியையும் நாம் வளர்த்துக் கொண்டிருக்கிறோம்"

என்று அவர் ஆற்றிய உரைகள் நாம் மனங்கொள்ள தக்கதாக அமைந்தன.

இராதாகிருஷ்ணனுக்கு மேலும் அதிர்ச்சிகள் காத்திருந்தன. தம்முடைய உற்ற நண்பராக விளங்கிய பிரதமர் ஜவகர்லால் நேருவை 1964இல் இராதாகிருஷ்ணன் இழந்தார். ஈடு செய்யமுடியாத இந்த இழப்பினால் அவர் ஆற்றிய இரங்கலுரையின் ஒவ்வொரு தொடரும் ஆழமான கடுந்துயரைக் கொண்டிருந்தன என்பதை நாம் உணரலாம்:

> "தன்னுடைய ஆற்றல் மிகுந்த உணர்ச்சியூட்டுகின்ற குரலின் மூலம் ஒவ்வொரு இந்தியனின் உள்ளத்திலும் இந்தியப் பாரம்பரிய உணர்வினை ஏற்றி, அவர்களை ஆற்றல்மிகு இந்தியக் குடிமக்களாக நேரு உருவாக்கினார். இத்தகுச் செயற்றிறம் மிக்கக் குரலை நாம் இனி எப்போது கேட்கப் போகிறோம்? பெரும் குறிக்கோள்களை நாம் கொண்டிருக்கிறோம் என்பது முக்கியமன்று; அந்தக் குறிக்கோள்களை ஈடேற்றுவதற்கு நாம் உழைக்க வேண்டும். காலத்தை உணர்ந்து கொள்வதுதான் இப்போது நம்முடைய கருத்தாக இருக்க வேண்டும். நேரு காலத்தின் அருமையைப் போற்றி அதை மதித்தார். ஆனால் நேருவை நம்மிடமிருந்து பிரிப்பதற்கு இரக்கமற்ற காலன் தயங்கவில்லை. பெரும் தலைவர் மறைந்தார்."

சீன ஆக்கிரமிப்பின்போது இந்தியர்கள் நம்பிக்கை இழந்துவிடாதவாறு, அவர்தம் எழுச்சிக்கு இராதாகிருஷ்ணன் உரம் சேர்த்தார். 1965இல் இராதாகிருஷ்ணனின் அறிவுத் திறம் சார்ந்த அரசியல் மேதைமை வெளிப்படுவதற்கு மற்றுமொரு வாய்ப்பு வந்தது. பாகிஸ்தானுடனான போரில் பெற்ற வெற்றியினால் நம்முடைய நன்னிலையுணர்வு திரிந்துவிட

வில்லை. இராதாகிருஷ்ணன் அடக்கத்தோடு கூறிய பின்வரும் கருத்துகள் நம் வெற்றியைச் சரியான கண்ணோட்டத்தில் வெளிக்காட்டியது எனலாம்:

> "போரிடுவதற்கு ஏற்ற நிலையில் இந்தியா இல்லையென்றாலும் மிக அச்சமுற்ற நிலையில் இருக்கின்றது என்றும், போரிடவே தேவையில்லை என்ற இறுமாப்பில் உள்ளதென்றும் பாகிஸ்தான் நினைத்துக் கொண்டிருக்கிறது. ஆயுதம் ஏந்திப் போராடுவதை இந்தியா இயல்பாகவே விரும்பவில்லை. ஆனால் எவரேனும் தாக்கினால் தன்னைக் காத்து கொள்வதற்குத் தயங்கியதில்லை. இந்தியாவில் சமுதாயக் கலவரங்கள் மூளும்; அந்தக் குழப்பத்தில் தான் நினைத்ததைச் சாதித்துக் கொள்ளலாம் என்று பாகிஸ்தான் கருதுகிறது. ஆனால் தன்னுடைய கணக்குத் தவறாது என்ற பேரிடியைப் பாகிஸ்தான் உணரப் போகிறது"
>
> என்று இராதாகிருஷ்ணன் கூறினார்.

நேருவை இழந்ததாலும் தொடர்ந்து நடந்த போர்களினாலும் ஏற்பட்ட துயரத்திலிருந்து இந்தியா மீள்வதற்குள் மற்றொரு பேரிடர் காத்திருந்தது. இந்தியப் பிரதமர் லால்பகதூர் சாஸ்திரி எதிர்பாரா விதமாகக் காலமானார். இந்தத் துயரச் சூழலில் இராதாகிருஷ்ணனின் துணை, நாட்டுக்கும் நாட்டு மக்களுக்கும் தெம்பு தருவதாக அமைந்தது. இவரது துணையால் இந்தியாவின் குடியாட்சி முறையில் இத்தகு இக்கட்டான நிலையில் குழப்பங்கள் ஏற்படாமல் அமைதியே நிலவியது. இதனுடைய முழுப் பொறுப்பும் இராதாகிருஷ்ணனையே சாரும். ஏனெனில், இந்தியாவைப் போல எந்தவொரு நாட்டு அரசியலமைப்பின் தலைவரும் இராதாகிருஷ்ணன் போன்று உலகமே ஏற்றுக் கொள்ளக் கூடிய தத்துவவாதியாகத் திகழ்ந்ததில்லை. சோதனை மிகுந்த காலத்திலும் இந்தியா தளராது நின்ற இத்தகுக் காலத்தினை, இந்திய ஆட்சியமைப் பின் புகழ்மிகு காலம் எனலாம்.

இடையீடில்லாது உழைத்த இராதாகிருஷ்ணன், தன் பணியின் நிறைவில் ஓய்வு பெற்றுச் சென்னை வந்தார். ஓய்வு பெற்ற பின்வரும் சாகித்திய அகாதெமி, பென்-அனைத்திந்திய மையம் (PEN) போன்ற உயர் நிறுவனங்களைத் தமது அறிவாண்மையால் நடத்திச் சென்றார். 1968இல் இராதாகிருஷ்ணன் சாகித்ய அகாதெமியின் ஆட்சி உறுப்பினராக நியமிக்கப்பட்டார். 1975இல் ஆய்வில் அவர் ஆற்றிய பணிக்காக டெம்ப்லீடன் பரிசு (Templeton Prize) வழங்கப்பட்டது. 1975ஆம் ஆண்டு ஏப்ரல் 14ஆம் நாளில் இராதாகிருஷ்ணன் அமரரானார்.

* * *

3. வாழ்க்கை வரலாற்றாசிரியர்

தத்துவங்களையும் சமயங்களையும் விளக்கியுரைப்பதில் தமது திறமையை நாட்டியுள்ள இராதாகிருஷ்ணன் இந்தியத் தத்துவ அறிஞர்களின் வரலாற்றை விளக்கியுரைப்பதிலும் தமக்கென ஒரு தனியிடத்தைப் பெற்றுள்ளார். இந்தியத் தத்துவங்களைச் சரிவரப் புரிந்து கொள்ளாமலும் தெளிவாகத் தெரிந்து கொள்ளாமலும் இருந்த மேற்கத்திய நாட்டவர்க்கு அவற்றை விரிவாக எடுத்துக்காட்டி விளங்கவைத்தார். எந்தப் பொருளைப் பற்றிச் சொல்வதானாலும் அதனை மனங்கவரும் விதத்தில் சொல்ல வேண்டும் என்பதை இராதாகிருஷ்ணன் அறிவார். அவர் இந்தியாவின் வளம்மிக்க தொன்மங்களின் வரலாற்றைத் தெளிவாக அறிந்து வைத்திருந்தார். மேலும் தம் காலத்திய மாமேதைகளின் கருத்துகளும் அவருக்குக் கை கொடுத்தன. இதனால் இராதாகிருஷ்ணன் சிக்கல் ஏதுமின்றி தம் பணியைத் தொடர முடிந்தது. இவ்வாறு இந்து அறநூல்களும் வேதாந்தத் தத்துவங்களும் ரவீந்திரநாத் தாகூரைப் பற்றி இராதாகிருஷ்ணன் தெரிந்து கொள்வதற்குப் பேருதவி செய்தன எனினும் தாகூரின் கவிதைகளே இராதாகிருஷ்ணனைப் பெரிதும் தாகூரின் பால் ஈர்த்தன.

தாகூரைப் பற்றி இராதாகிருஷ்ணன் எழுதிய முதல் நூல் 'இரவீந்திரநாத் தாகூரின் தத்துவம்' (The Philosophy of Rabindranath Tagore) என்பதாகும். தாகூர் அப்பொழுது நோபல் பரிசு பெற்று புகழின் உச்சியில் இருந்தார். இராதாகிருஷ்ணன் தாகூரை விரி நுண்ணாய்வு கொண்ட தத்துவவியலாளராக அந்நூலில் காட்டியுள்ளார். கிறித்துவ சமயத்தால் தாகூர் அகத்தூண்டுதல் பெற்றார் என்று மேலைநாட்டுத் திறனாய்வாளர்கள் கூறிவருவது அறிந்து இராதாகிருஷ்ணன் வருந்தினார். இந்தச் சூழ்நிலையில் தாகூரின் தத்துவ நாட்டம், வேதங்களிலிருந்தும் உபநிடதங்களிலிருந்தும் தோற்றம் பெற்றது என்பதை இராதாகிருஷ்ணன் இந்நூலில் நிறுவினார். 'எதிர்கால உலகத்தைச் சேர்ந்த உலகந்தழுவிய மனிதர்களாக எடுத்துக்காட்டத் தகுந்தவர்களுள் தாகூர் ஒருவராகத் திகழ்கிறார்' என்று இராதாகிருஷ்ணன் தன்னுடைய நூலில் குறிப்பிட்டிருந்தார். இவ்வாறு சமகாலத்தவரை உயர்வின் உச்சியில் வைத்துத் தன்னம்பிக்கையுடன் துணிந்து போற்றி வாழ்த்துவதென்பது அக்கால மரபாக இருந்தது. இதுவே வறட்டுக் கருத்துரையாக இந்த ஆன்மாவையே தொடுகின்ற பேருரையாக அமைந்தது. மேற்கத்திய நாட்டவரும் இத்தகைய மதிப்பீட்டை வரவேற்றனர்.

இராதாகிருஷ்ணன் 1938ஆம் ஆண்டில் பிரிட்டிஷ் கல்விக்கழகங்களில் உரையாற்றச் சென்றது, நம் நாட்டிற்குக் கிடைத்த பெருமையாகக் கூறப்பட்டது. தத்துவவியல் ஆய்வில் வெண் சுடரொளி விளங்கியதொரு பொருளைத் தன்னுடைய சொற்பொழிவுக்காக

இராதாகிருஷ்ணன் தேர்ந்தெடுத்துக் கொண்டார். இதனடிப்படையில் 'கௌதம புத்தர்' என்ற தலைப்பில் அவர் சொற்பொழிவாற்ற எண்ணங் கொண்டார். வெளிநாட்டு மிஷினரிகள் இந்தியாவின் சமயப் பெருமையைக் குலைத்ததாலும், இராதாகிருஷ்ணன் இந்தியப் பண்பாட்டு மரபுகளில் ஆழங்கண்டிருந்ததாலும் சமஸ்கிருதத்தை நன்கு கற்றறிந்திருந்ததாலும் சங்கரரைப் பற்றியோ, இராமானுஜரைப் பற்றியோதான் இவர் பேசுவார் என்று அவர்கள் எதிர்பார்த்தனர். வேதகாலச் சமயங்களுக்கு எதிரான, பாலி மொழி வழங்கிய, ஏறக்குறைய இல்லையென்றே சொல்லும்படி இந்தியர்கள் மறந்துவிட்ட புத்தமதத்தைப் பற்றி இராதாகிருஷ்ணனால் பேச முடியுமா? என்ற வினாக்குறி எல்லோர் உள்ளத்திலும் எழுந்தது. ஆனால் என்ன வியப்பு! 1879இல் எட்வின் அர்னால்டு (Edvin Arnold) எழுதி வெளியிட்ட 'ஆசிய ஜோதி' (The Light of Asia) என்ற நூலுக்குப் பிறகு புத்தரைப் பற்றிச் சொல்வதில் அனைவரையும் மெய்மறந்து போகும்படி உரையாற்றிய இராதாகிருஷ்ணன் ஆற்றலை என்னவென்று சொல்வது! அவர் எடுத்து விளக்கிய புத்தரின் வாழ்க்கையை, மேலைநாட்டினர் பலர் கிறித்துவின் வாழ்க்கையோடு ஒப்பிட்டுப் பார்ப்பதற்கு வாய்ப்பாக அமைந்தது. கீழை நாட்டுத் தத்துவங்களைப் பற்றிய புதிர் நிலையிலிருந்த மேற்கத்திய நாட்டவர், 'நாம் புரிந்து கொள்ளத்தக்க வகையில் எடுத்துச் சொல்வதற்கு இங்கொருவர் இருக்கிறார்' என்று மகிழ்ந்தார்கள். சான்றாக 'புத்தரின் கோட்பாடுகள் புரிந்து கொள்வதற்கு அரிதாக இருக்கின்ற நுண்பொருட் கோட்பாடுகளாக இல்லாமல், பின்பற்றுவதற்கு எளிமையாக அமைந்துள்ளன' என்றும், 'அறிவுத் தெளிவுள்ள இக்கால கட்டத்திற்கு மிகப்பொருந்தி வரக்கூடியனவாக உள்ளன' என்றும் ரோட்ரிக்ஸ் (Eusebio L.Rodrigues) என்பார் கருத்துத் தெரிவித்தார்.

இதற்குப் பின்னர் ஐம்பதாண்டுகளில் மேற்கத்திய நாடுகளில் புத்தமதக் கோட்பாட்டின் செல்வாக்கினை நன்கு உணர முடிந்தது. இந்தச் செல்வாக்கினைப் பரவச் செய்தவர்களுள் தியோசெபிகல் கழகத்தினர், மகாபோதிக் கழகத்தினர், சிகாகோவிலுள்ள சமயப் பெருமன்றத்தினர், லகாடியோ ஹீர்ன் (Lafcadio Hearn), ஆனந்த குமாரசாமி ஆகியோர் குறிப்பிடத்தக்கவர்களாவர். இந்தியாவின் சனாதன தர்மத்தை நிலைநாட்டியதில் புத்தரின் பங்கு பெரிது என்ற உண்மை இதனால் புரிந்தது. இந்த அடிப்படையில் இராதாகிருஷ்ணன் புத்தரைப் பற்றி ஆற்றிய உரைகள், புத்தரை சமய உரையாற்றுகின்ற குருவின் நிலைக்கு உணர்த்தின என்று இராதாகிருஷ்ணனின் புதல்வரும் அவரது வாழ்க்கை வரலாற்றை எழுதியவருமான சர்வபள்ளி கோபால் குறிப்பிடுகிறார். இராதாகிருஷ்ணன் தம்முடைய உரையில் புத்தரைப் பற்றிக் குறிப்பிடும் கருத்துகள் நமது கவனத்திற்குரியன. அவர் கூறுகிறார், "இவரை இந்து சமயத்திலிருந்து பிரிந்து சென்று தனிச் சமயத்தைத் தோற்றுவித்தவர்

என்பதைக் காட்டிலும் இந்து சமய நம்பிக்கைகளைச் சீர்திருத்தியவர் என்று சொல்வது பொருந்தும். மூலாதாரமாகப் பிரச்சினைகளைப் பற்றி இவர் கருத்தேதும் கூறாமல் மௌனமாக இருந்தார். இதனால் இவர் கடவுள் உண்டு என்பதை மறுத்தோ, ஆதரித்தோ பேசவில்லை என்பதைத் தெரிந்து கொள்ளலாம். ஆனாலும் தனக்குத் தெரிந்த முழுமுதலைப் பற்றி அவர் கருத்துகள் கூற மறுத்தார். ஏனெனில் இவையெல்லாம் சமுதாய ஒழுங்குக்கு நேரடித் தொடர்புடையன அல்ல என்பதை அவர் தெரிந்து கொண்டதன் விளைவாக இருக்கலாம்.''

இராதாகிருஷ்ணன் தன்னுடைய உரைகளை முன் கூட்டியே தயாரிப்பதில்லை. நினைத்த மாத்திரத்தில் உரைகளை ஆற்றினார். தம்முடைய உரையைத் தயாரிக்கும் போதுகூட குறிப்புக்களை எழுதி வைத்துப் பயன்படுத்துவதில்லை. தன் சொற்பொழிவைக் கேட்போரின் உணர்திறனை அளந்தறியும் கவர்திறத்தை இராதாகிருஷ்ணன் பெற்றிருந்தார். அவரது உரையின் பல பகுதிகள் புத்தரின் வாழ்க்கையை அப்படியே படம்பிடித்துக் காட்டுவனவாக அமைந்திருந்தன. செல்வச் செழிப்பில் மிதந்த இளவரசர், வாழ்க்கையின் துயரைக் கண்டு இரவலவனாய் ஆகிவிட்ட காட்சியையும் பெரும் புரட்சியாளராக விளங்கியவர், உணர்ச்சியை வெளிக்காட்டாது ஆன்மிக அமைதியில் ஆழ்ந்து வாழ்கின்ற சமயவாதிகளைப் போல மாறிவிட்ட காட்சியையும் இராதாகிருஷ்ணனின் உரை காட்டியது. பெரும் இன்னல்களிலிருந்து மனித சமுதாயத்தைக் காப்பாற்றுவதற்குத் துன்பச் சிலுவையைச் சுமக்கின்ற துறவுள்ளம் கொண்டவராக இராதாகிருஷ்ணனின் உரையில் புத்தர் காட்சியளித்தார். உண்மையிலேயே ஒரு கிறித்துவைப் போல புத்தர் தோற்றமளித்தார். புத்தருக்கும் கிறித்துவுக்கும் ஒரு வேறுபாடு உண்டு. கிறித்துவுக்கு ஐந்தாறு ஆண்டுக்கு முன்னரேயே புத்தர், கிறித்துவைப் போல தோன்றினார் என்று இராதாகிருஷ்ணன் குறிப்பிடுகிறார்.

இராதாகிருஷ்ணன் தான் பேச எடுத்துக் கொண்ட பொருளுக்கு நேரடியாகவே சென்றுவிடுபவர். அவரது தொடக்க வரிகளே உரையின் பொருளைக் காட்டிவிடும். இந்து சமயத்தைச் சார்ந்த தத்துவவியலாளர், புத்த சமயத்தைப் பற்றிப் பேசுவதற்கும் கருத்து கூறுவதற்கும் தகுதி உடையவரா? என்ற கேள்வியை எழுப்புவது எந்த வகையிலும் சரியானதன்று. இதனை இராதாகிருஷ்ணனின் பின்வரும் உரைப் பகுதியால் நாம் அறிந்து கொள்ளலாம்:

> ''கீழை நாட்டு உணர்வுகளாய் வடிவம் பெற்ற தத்துவங்களின் தலைமையைக் கௌதம புத்தருடைய கருத்துரைகளில் நாம் காண்கிறோம். வேறெந்தத் தத்துவங்களைக் காட்டிலும் இந்தியாவில் முகிழ்த்து முதிர்ந்த தத்துவங்கள் மனித இன

மேம்பாட்டிலும் எண்ண வளர்ச்சியிலும் பெரும் தாக்கத்தை ஏற்படுத்தியுள்ளன. இவை பிற சமயங்களைக் காட்டிலும் புனிதமானவை என்று கருதப்படக் கூடியவை. உலகின் சிந்தனை வளர்ச்சி வரலாற்றில் புத்தர் முக்கியமாகப் பேசப்படுபவர். நாகரிகமடைந்த அனைத்துலக மனிதர்களின் மரபு வழியைச் சார்ந்தவர். ஏனெனில் ஒருபாற்கோடாத பொதுத் தன்மையுடன் கூடிய அறிவாற்றலாலும் உண்மையான வாழ்க்கைக்குத் தேவையான ஒழுக்க நெறியைப் போற்றியதாலும் ஆன்மிக உள்ளொளியைத் தூண்டியதாலும் வரலாற்றின் தலை சிறந்த பெருமக்களுள் ஒருவராகப் புத்தர் திகழ்கிறார்."

ஆய்திறம் மிக்க சொற்பொழிவாளரான இராதாகிருஷ்ணன், புராணக்கதை மாந்தர் ஒருவரைப் பற்றிக் கூறவில்லை. வரலாற்றில் இடம்பெற்ற தலைசிறந்த மனிதர் ஒருவரைப் பற்றி விளக்குகிறார். தன்னுடைய சொற்பொழிவைச் செவிமடுக்க வந்திருப்பவர்கள் தாம் வாழும் காலத்தோடு தொடர்புடைய உண்மைகளையே விரும்புவார்கள் என்றும், தான் தேர்ந்தெடுத்துப் பயன்படுத்தும் சொற்கள் அவர்களைச் சிக்கெனப் பிடிக்கும் என்றும் இராதாகிருஷ்ணன் நன்கறிவார். இவற்றினடிப்படையில் அவர் புத்தரின் வாழ்க்கையை விரிவாக விளக்குகிறார். இதிலிருந்து புத்தரின் வாழ்க்கையைப் பற்றிய அருமையான பிழிவினை மனங்கொள்ளத்தக்க வகையில் நாம் தெரிந்து கொள்ளலாம். அவரது உரையில் புத்தர் மீது மாறனது கொடிய தாக்குதல் கூட ஓர் உளவியல் அனுபவம் போல சொல்லப்படும். இதுபோன்று சொற்பொழிவின் ஆர்வத்திற்கும் விறுவிறுப்புக்கும் இன்றியமையாத பழங்கதைகளைச் சொல்லும் அதே வேளையில், மேற்கத்திய இலக்கியங்களிலிருந்தும் சான்றுகளை இராதாகிருஷ்ணன் காட்டுவார். இதனால் அவரது உரையில் ஆங்காங்கே ஒப்புமை ஒளி தோன்றும். புத்தருக்குப் பிரம்மன் அறிவுரை கூறுவதைப் பற்றிச் சொல்லும்போது,

> "புத்தர் தனக்குள்ளேயே மேற்கொண்டு என்ன செய்வது என்பது பற்றிய விவாதங்களை நடத்திக் கொண்டிருப்பது, எதிர்காலம் பற்றிய ஓர் எச்சரிக்கையை அவருள் உருவாக்கியிருக்கிறது. இது சாக்ரடீஸ் இவ்வுலக வாழ்வை நீக்குந் தருணத்தில் அவரது ஆன்மாவுக்கும் உளமாகிய பேய்க்கும் இடையில் நடைபெற்ற விவாதம் போன்று உள்ளது"

என்று இராதாகிருஷ்ணன் குறிப்பிடுகிறார்.

ஒரு சமுதாயம் சுதந்திரமாகச் சிந்திப்பதற்குத் தேவையானவற்றை புத்தரது அறிவுரைகள் எடுத்துக் காட்டுகின்றன. இவரது அறிவுரைகளில் மறைபொருள் என்பதே இல்லை என்று இராதாகிருஷ்ணன் குறிப்பிடுகிறார்:

"தம்முடைய பல உரையாடல்களில் புத்தர் தம்முடன் உரையாடுபவர்களிடையே சாக்ரடீஸ் பாணியில் விவாதங்கள் செய்வதாகக் காட்டப்பட்டுள்ளார். அவர்கள் பின்பற்றுகின்ற கொள்கைக்கு முற்றிலும் மாறான தன்னுடைய கொள்கைகளை ஏற்றுக் கொள்ளுமாறு அவர்களுக்கு அறிவுறுத்தி இணங்க வைப்பதில் புத்தர் வல்லவர். தன்னைப் பின்பற்றுபவர்கள் ஆன்மிக விடுதலையை மறுப்பதை அவர் ஏற்றுக் கொள்ளவில்லை. அதே நேரத்தில் அதிகாரமுடையவர்கள் எவரையேனும் ஏற்றுக் கொண்டு உண்மையைத்தேடுவதற்கு அவர்கள் மறுக்கக்கூடாது என்று புத்தர் அறிவுறுத்தினார். தங்கள் அறிவு விளக்கத்திற்குத் தாங்களே துணையாகும் வண்ணம் அவர்கள் தம் கருத்துகளைச் சுதந்திரமாக வெளியிடவேண்டும் என்று புத்தர் விரும்பினார்."

நுண்மாண் நுழைபுல அறிவுடையவர்கள் இராதாகிருஷ்ணனின் பொருள் பொதிந்த சொற்களை அறிவர், மிஷினரிகளின் செயற்பாடுகள் இந்தியாவெங்கும் பரவியிருந்த சமயத்தில் சிந்தனையைத் தூண்டும் வகையில் இராதாகிருஷ்ணன் தமது கருத்துகளை வெளியிட்டார்.

"கட்டாய மதமாற்றத்தைப் புத்தர் அறியார். நெறிகளை நம்புவதைக் காட்டிலும் வாழ்க்கையில் அவற்றைக் கடைப்பிடிப்பதே அவர் போதித்த கொள்கைகளின் அடித்தளமாக அமைந்தது. அவர் தமக்கே உரித்தான பழக்கத்தையும் உறுதியையும் உருவாக்க விரும்பினார். நம்முடைய மூடத்தனமான ஆசைகளே நம்முடைய துன்பங்களுக்குக் காரணம் என்று சொன்னார். நம்முடைய விழிகளைப் புதிய ஒளி பெறச் செய்வதும் நம்முடைய இதயத்தைப் புத்துணர்ச்சி பெறச் செய்வதும் நம்மை நாமே மகிழ்ச்சியாக வைத்துக் கொள்வதற்குரிய வழிகளாகும். நம்முடைய தீய எண்ணங்களை அழித்துவிட்டு, நல்லெண்ணங்களை வளர்ப்போமாயின் அதுவே நம்முடைய மனம், மகிழ்ச்சி கொள்வதற்குரிய வழியாகும். சமய நெறிமுறைகளில் மாற்றங்கள் செய்வது குறித்து புத்தர் கவலைப்படவில்லை. ஆகுதியை வளர்க்கும் பிராமணர் ஒருவரின் அருகில் அமர்ந்து அவருடைய வழிபாட்டை இகழாமல், அவரிடம் தன்னுடைய கருத்துகளை எடுத்துச் சொல்லி விளக்க வல்லவர் புத்தர்."

தேவையில்லாமல் விரிவாகச் சொல்லி சோர்வு ஏற்படுத்துவதைத் தவிர்ப்பதற்காக இராதாகிருஷ்ணன் புத்தரின் வாழ்க்கையை விரித்துச் சொல்லவில்லை. மானிட ஒற்றுமையை வளர்ப்பதற்கான வழிகளை, ஒப்பியல் சமயங்களின் வழி இராதாகிருஷ்ணன் காட்ட விரும்பினார்.

"சாக்ரடீஸ், இயேசுநாதர் போன்ற தியாகிகளின் இறப்பிற்கும் புத்தரின் அமைதியான மறைவிற்கும் நிறைய வேறுபாடுகள் உள்ளன. சமயவாதிகளின் பிற்போக்குத்தனத்தை இவர்கள் கீழறுத்தனர். இயேசுநாதர் தாம் சார்ந்த யூதமதத்தை எதிர்த்ததைக் காட்டிலும் சாக்ரடீஸ் ஏதென்சு நகரின் சமயத்தை எதிர்த்ததைக் காட்டிலும், புத்தர் வேத ஒழுகலாறுகளையும் சடங்காசாரங் களையும் உறுதியாகவும் வன்மையாகவும் எதிர்த்தார். ஆயினும் புத்தர் எண்பதாண்டுகள் வரை உயிர் வாழ்ந்தார். பெரும் எண்ணிக்கையிலான அடியார்களைக் கவர்ந்தார். தன்னுடைய வாழ்நாளிலேயே ஒரு சமயத்தை உருவாக்கி நிலை நிறுத்தினார். இந்தியாவைப் பொறுத்தவரையில் சடங்காசாரங்களை உறுதியாகக் கண்டிப்பவர்கள் புதிய சமயங்களைத் தோற்றுவிப்பதற்குக் காரணமாக இருந்தார்கள் எனலாம்."

இராதாகிருஷ்ணன் எழுதிய 'மகாத்மா காந்தி: வாழ்க்கையும் எழுத்தும்' என்ற நூல் 1939இல் வெளியானது. இதன் தலைப்பைப் பார்த்தாலே இந்நூலின் நோக்கத்தை நாம் தெரிந்து கொள்ளலாம். பெருமை பெற்ற அரசியல்வாதியாகத் திகழ்ந்த காந்தியின் மீது கொண்ட ஆர்வ மதிப்பினைப் பாராட்டுவதற்காக மட்டும் இந்நூல் எழுதப்பட வில்லை. அவருடைய துணிவுமிக்க விடுதலைப் போராட்ட அணுகு முறையைக் காட்டிலும் வாழ்க்கையறத்திலேயே அவருடைய பெருமை அடங்கியிருக்கிறது என்று இராதாகிருஷ்ணன் இந்நூலில் உணர்ந்து கூறியுள்ளார். ஒருவர் அரசியல் வாழ்க்கையில் நுழையும் போது அதனால் கிடைக்கக்கூடிய அதிகாரத்தினால் மயங்கிவிடாமல் நெறிபிறழாமல் வாழ்வதற்கு மனிதநிலை கடந்து தன்னைத்தான் ஆளுகின்ற திறம் வேண்டும். தன்னுடைய அரசியல் வாழ்க்கை, சமூகம் சார்ந்ததாகவும் சமயம் சார்ந்ததாகவும் இருக்குமாயின் மனிதர்களிடையே நிலவும் சமநிலை வளர்ச்சிக்கு அதுவே தீங்காக விளையும். இவற்றையெல்லாம் மீறிய தனித்தன்மையாகிய சரியமைதி நிலையை காந்தியடிகள் பெற்றிருந்தார். இராதாகிருஷ்ணன் இதனை மிகவும் வியந்து பாராட்டுகிறார். காந்தியடிகள் உரிமையை நாடிய போக்கு இராதாகிருஷ்ணனை மிகவும் கவர்ந்தது. இது குறித்து,

"எல்லாவற்றையும் கடந்து நிற்கின்ற, தூய உண்மையைத் தன்னுடைய வாழ்வில் எந்நாளும் போற்றி வருபவர், உலகத்திலுள்ள கீழான உயிர்களைக் கூட தன்னைப் போலவே போற்றும் உள்ளமுடையவராவர். தூய உண்மையின் மீது நாட்டம் கொள்பவர்கள் வாழ்க்கையின் எந்தவொரு பகுதியையும் ஆராயமல் விட்டு வைக்க மாட்டார்கள்."

என்று இராதாகிருஷ்ணன் கூறுகிறார்.

கல்வி சார்ந்த அளவிலேயே தன்னுடைய கருத்துகளை வெளியிடுவதோடு இராதாகிருஷ்ணன் நிறைவு கண்டு விடவில்லை. அதற்கு அப்பாலும் உண்மைகளைத் தேட முற்பட்ட இராதாகிருஷ்ணனின் நாட்டத்தை 'உண்மையைத் தேடி' (My Search for Truth) என்ற அவரது வாழ்க்கை வரலாற்று நூலில் காணலாம். ஒவ்வொருவரும் அறிந்தோ அறியாமலோ வாழ்க்கை உண்மையைத்தானே தேட முயற்சி செய்கின்றனர்?

தம்முடைய வாழ்க்கை வரலாற்று நூலில் இராதாகிருஷ்ணன் எவரையும் தேவையில்லாமல் முகமன் செய்யவில்லை. உலகத்தின் மலர்ச்சிக்கு அடிநாதமாக இருக்கின்ற பாலியல் உணர்வை இயற்கைக்கு முரணாகக் கட்டுப்படுத்துமாறு காந்தியடிகள் வலியுறுத்தியபோது இராதாகிருஷ்ணன் அதை ஏற்றுக் கொள்ளவில்லை. இது இயற்கைக்கு முரணானது என்று தம்முடைய வாழ்க்கை வரலாற்று நூலில் கூறுகிறார். அதுமட்டுமல்ல, பாலுணர்வைத் தவறாகப் புரிந்து கொண்டதால் வெளிப்பட்ட கருத்து இது என்று மறுத்துரைக்கிறார்:

"பாலியல் செயல்பாடு என்பது உடலோடு உறவுடைய இன்பம் மட்டுமன்று, அஃது ஒரு சிற்றின்ப உணர்வு என்றாலும், மனித வாழ்க்கை இவ்வுலகில் நிலைபேறடைவதற்கும் ஒவ்வொரு உயிர்களுக்கிடையிலும் அன்பு பரிமாறிக் கொள்ளப்படுவதற்கும் வாயிலாக அமைகின்றது. அவ்வாறில்லாது பாலியல் உணர்வு மற்றவர்கட்குத் துன்பம் செய்யுமாயின் அது கேடு விளைவிக்கும். பிறரது ஆன்மிக நாட்டத்திற்கு ஊறு விளைவிக்குமாயினும் அவ்வின்பம் கீழான இன்பம் என்று கடிந்தொதுக்கப்படும். ஆனால் மேற்சுட்டிய இரு நிலைகளுமே தூய பாலியல் உணர்வைப் பற்றி நிற்பதில்லை. எந்த உணர்வால், நாம் வாழ்வு பெற்றோமோ, எந்த உணர்வால் காதல் வெளிப்படுத்தப்படுகின்றதோ, எந்த உணர்வால் மனித இனம் இன்னும் தொடர்கிறதோ, அந்த உணர்வு வெட்கப்பட வேண்டிய உணர்வன்று; பாவமான உணர்வுமன்று"

என்று இராதாகிருஷ்ணன் குறிப்பிடுகின்றார்.

மகாத்மா காந்தி பின்பற்றிய பல கொள்கைகளில் இராதாகிருஷ்ணனுக்குக் கருத்து வேறுபாடுகள் ஏற்பட்டாலும், அவற்றை அவர் திரும்பத் திரும்ப வலியுறுத்தவில்லை. இராதாகிருஷ்ணனின் எழுத்துகளை மேலெழுந்த வாரியாகப் பார்த்தாலும் இத்தகு வேறுபாடு புலனாகின்றது. எனவே இன்னும் ஆழமாக ஏன் செல்ல வேண்டும்? இன்னல்கள் மிகுந்த நேரத்தில் காலத்தின் பரிசாக நமக்குக் கிடைத்த, பெறுவதற்கரிய தலைவருக்கு நன்றி சொல்லுவோம் என்றுதான் இராதாகிருஷ்ணன் கருதினார்:

"உண்மையாகவே வாழ்தல்; எளிமையாக வாழ்தல்; களங்கமற்றிருத்தல்; உள்ளங்கனிந்திருத்தல்; மகிழ்வுடனிருத்தல்; கவலையையும் அபாயத்தையும் எதிர்த்து வாழ்தல்; வாழ்க்கையை நேசித்தல்; இறப்புக்கு அஞ்சாதிருத்தல்; வாழ்க்கையழகுக்காக உழைத்தல்; இறப்பின் துயர்களால் சூழப்படாதிருத்தல், உலகந்தோன்றிய நாள் முதற்கொண்டு இவரைப் போன்று இவ்வாறு வாழ்ந்தவர்கள் இல்லை; வாழக்கற்றுத் தந்தவர்களும் இல்லை"

என்று காந்தியைப் புகழ்கிறார் இராதாகிருஷ்ணன்.

ஜவகர்லால் நேருவைப் பற்றிச் சொல்லும்போது கூட இராதாகிருஷ்ணன் அவரை வாயாரப் புகழ்கிறார். 'மானிட இனத்தை உய்விக்க வந்த மாமனிதர்' என்று நேருவைப் பாராட்டுகிறார். அரசியல் கட்டுக்களிலிருந்தும் பொருளாதார அடித்தளத்திலிருந்தும் சமுதாய அடக்கு முறைகளிலிருந்தும் பண்பாட்டுத் தேக்க நிலையிலிருந்தும் மனிதர்களை விடுவிப்பதற்காகத் தன்னுடைய வாழ்க்கையையும் ஆற்றலையும் செலவிட்ட பெருந்தகை" என்று ஜவகர்லால் நேருவை இராதாகிருஷ்ணன் போற்றுகிறார்.

* * *

4. தத்துவப் பொருளை விளக்கியவர்

தத்துவப் பொருளைத் திறம்பட விளக்கியுரைப்பவராக இராதாகிருஷ்ணன் உலகம் முழுவதும் அறிமுகமாகியுள்ளார். 'தத்துவம்' (Philosophy) என்பதைக் குறிக்கும் கிரேக்கச் சொல்லுக்கு, 'அறிவை நாடுதல்' என்பதே பொருளாகும். இந்தப் பொருள் இராதாகிருஷ்ணன் தருகின்ற தத்துவ விளக்கங்களில் வெளிப்படக் காணலாம். அடிப்படையில் இராதாகிருஷ்ணன் அறிவை விரும்புவர் ஆவார். இந்த அறிவுத் தத்துவம் கிழக்கில் தோன்றியதா அல்லது மேற்கில் தோன்றியதா என்பது முக்கியமன்று. குழப்பங்கள் மிகுந்த முரண்பாடான முடிவுகட்கு இவை நம்மை இட்டுச் சென்றாலும் இராதாகிருஷ்ணன் இவற்றுக்கிடையே தெளிவாகச் சென்று அகல்பெரும் நெடுஞ்சாலையில் நடையிட்டார். உலகம் முழுவதும் வெளியாகியுள்ள சமயக்களஞ்சியங்களும் தத்துவக் களஞ்சியங்களும் நம்மை மருளச் செய்கின்ற வளமுடையன என்பதை இராதாகிருஷ்ணன் அறிவார், பயனற்றக் கருத்து வேறுபாடுகட்கிடையே அத்தத்துவவாதிகள் தமது வாழ்நாளை வீணாக்கிவிடக்கூடாது என்று அவர் கருதினார். வளம் மிகுந்த பண்டைய சிந்தனைகளை, முன்னேற்றத்தை நாடுகின்ற தற்காலத்திற்குப் பயன்படுமாறு ஆக்குவதே இப்போதைய அவசரத் தேவை என்று அவர் கருதினார். பல நூற்றாண்டுக் காலமாக ஒன்றற்கொன்று தொடர்பில்லாமல், தனித்தனியாகப் பிரித்துப் பார்க்கப்பட்டு வந்த பண்டைய தத்துவச் சிந்தனைகளை ஒன்றாக நினைத்துப் பார்க்க இராதாகிருஷ்ணன் நாட்டங்கொண்டார்.

இந்தியத் தத்துவங்களைப் பற்றி ஆங்கிலத்தில் சரளமாக எழுதவும் பேசவும் வல்ல ஒருவரால் முதன்முதலாக இந்தியத் தத்துவங்களைப் பற்றிய விரிவான ஆய்வு தொடங்கி வைக்கப்பட்டது, நாம் செய்த பேறேயாகும். இந்தியத் தத்துவங்களைப் பற்றி (Indian Philosophy) *1921, 1927* ஆகிய ஆண்டுகளில் இவர் எழுதி வெளியிட்ட இரு தொகுதிகள் புதிய சகாப்தத்தை ஏற்படுத்தின எனலாம். மரபு வழியான கல்வியைப் பெறாமலும் சமஸ்கிருதப் புலமை இல்லாமலும் கல்வி கற்றிருந்த பெரும்பான்மையான இந்தியர்கள் இந்த இரு தொகுதிகளின் வாயிலாகத் தங்களது தத்துவப் பாரம்பரியத்தை அறிந்து கொண்டனர். மக்களுக்காக எழுத நாட்டங்கொண்ட இராதாகிருஷ்ணன், தம்முடைய அறிவாற்றலைக் காட்டும் எழுத்துகளுக்கு விடை கொடுத்தார். இந்தியத் தத்துவங்களை அறிமுகப்படுத்துகையில் தத்துவவியல் அமைப்புகளில் செறிந்து கிடந்த வேற்றுமைகளை அவர் வெளிச்சம் போட்டுக் காட்டவில்லை. மாறாக, அவற்றின் ஒருங்கிணைந்த திரட்சியையே வெளிப்படுத்தினார். இவ்வாறு இந்திய மண்ணில் தோன்றிய பல்வேறு நுணுக்கமான தத்துவக் கூறுகள் கூறும் ஆன்மிக ஒருமையை உணர்ந்து வெளிப்படுத்துவதற்கு இராதாகிருஷ்ணன்

முயன்றார். ஆழ்ந்த அறிவுத் திறமும் செறிவும் கொண்ட அவரது நூல்கள் படிப்போர் உள்ளத்தில் உணர்வுகளைக் கிளர்ந்தெழச் செய்தன. ஜவகர்லால் நேரு, 1944இல் சிறையில் இருந்த போது இராதாகிருஷ்ணனுடைய தத்துவ நூல்களைப் பற்றி நேர்மைத் திறம்பட பின்வரும் கருத்தை கூறுகின்றார்:

> "சில நாட்களுக்கு முன் டாக்டர் இராதாகிருஷ்ணனின் 'இந்தியத் தத்துவம்' என்ற நூலைப் படிக்க வேண்டுமென்று எண்ணினேன். நூலின் முன்னுரையை மட்டும் படித்ததும், பிற பகுதிகளையும் மேலெழுந்தவாரியாகக் கண்ணோட்டம் விட விரும்பினேன். ஆனால் அதைப் படிக்கத் தொடங்கியதும் அந்தக் கருத்துகளிடையில் மீள முடியாமல் சிக்கிக் கொண்டேன்"

ஜவகர்லால் நேரு, தாம் எழுதிய 'இந்தியாவைக் கண்டேன்' (Discovery of India) என்ற நூலில் இராதாகிருஷ்ணனின் 'இந்தியத் தத்துவம்' (Indian Philosophy) என்ற நூலை மேற்கண்டவாறு புகழ்ந்தெழுதியுள்ளார்.

இராதாகிருஷ்ணனின் இரு தொகுதிகளும் இல்லாதவற்றை விரித்துச் சொல்வதாகவும் பொருளற்றவையாகவும் அமைந்தனவல்ல; அதே நேரத்தில் புரிந்து கொள்ள முடியாத அளவுக்கு மிகச் செறிவாகவும் தெரிவு செய்தும் எழுதப்பட்டவையல்ல என்று பேராசிரியர் கே.ஆர். சீனிவாச ஐயங்கார் கருதுகிறார். "சரியான அளவு, சரியான அணுகுமுறை, சரியான நடைத் தெளிவு, இந்தியத் தத்துவங்களை விளக்குவதற்கு அவற்றையே சான்றாகக் கொள்ளுதல், மேற்கத்திய நாட்டார்க்கு எளிதில் புரியும் வண்ணமும் மனதைக் கவரும் வண்ணமும் மக்களுக்குத் தெரிந்த மரபுத் தொடர்களைக் கொண்டே விரித்துரைத்தல் ஆகிய இருவித மேன்மைத் தகுதிகளும் அவருடைய எழுத்துகளில் இருந்தன. இந் நூலில் "எண்ணங்களும் உணர்ச்சிகளும் சதுரப்பாட்டுடைய பணிகளில் ஈடுபடுத்தப்பட்டன; அகல் பெருந்தொகுதியாக விளங்குகின்ற, விளக்குவதற்கரிய தத்துவக் கருத்துகளின் விளக்கத்தில் தெளிவும், எளிமையும் இருக்கமாட்டா. அவற்றில் காணப்படாத தெளிவையும் எளிமையையும் இராதாகிருஷ்ணன் கூறியுள்ள தத்துவ விளக்கங்களில் நாம் காணலாம்."

'இந்தியத் தத்துவங்கள்' நூல் வெளியான பின்பு இந்தியத் தத்துவங்கள் குறித்த புதிய ஒளி தோன்றியது. வேதங்களின் தோற்றக் காலம், உபநிடதங்களின் நுண்பொருள்வாதம் உலகாயத சமயத்தில் இயற்பொருள்வாதம், சமணர்களின் பன்மைவாதம், தொடக்ககால புத்த சமயத்தின் அறக்கோட்பாட்டு வாதம், பகவத் கீதையின் இறைமைக் கோட்பாடு, புத்தமதத்தின் பல பிரிவுகள் வலியுறுத்தும் கோட்பாடுகள்

நியாயவாதிகளின் தருக்க முறைக் கோட்பாடுகள். வைசேடிகர்களின் அணுப்பன்மைக் கோட்பாடு, சாங்கியர்களின் கோட்பாடு, பதஞ்சலியின் யோகக் கோட்பாடுகள், பூர்வ மீமாம்சைக் கோட்பாடுகள், பிரம்ம சூத்திரங்கள், சங்கரரின் அத்வைதக் கோட்பாடு, இராமானுஜரின் இறைமைக் கோட்பாடு, மத்துவரின் இருமைக் கோட்பாடு, சாக்தர்களின் கோட்பாடுகள், சைவ சித்தாந்தக் கோட்பாடுகள், வல்லபரும் சைதன்யரும் அறிவுறுத்திய வைணவக் கோட்பாடுகள் - இவையனைத்துமே ‘இந்தியத் தத்துவங்கள்’ நூல் வெளியான பின்னர் புதிய பொருளைத் தருவது போல மாற்றம் பெற்றுத் தோன்றின.

இவ்வாறு இந்தியத் தத்துவக் கோட்பாடுகள் எண்ணற்ற வகையில் பெருகியிருப்பதைக் கண்டு இந்தியர்கள் குழம்பியிருந்த வேளையில், இந்தியத் தத்துவங்கள் அனைத்தும் ஒரே உண்மையைத்தான் வலியுறுத்துகின்றன என்ற விளக்கத்தைத் தருவதற்கு இராதாகிருஷ்ணன் விழைந்துழைத்தார்.

> “இந்தியத் தத்துவக் கோட்பாடுகள் பலதிறத்தன. அவற்றுள் ஒருசில, மெதுவாகப் புரிந்துகொள்ளும் இயல்புடையவர்களுக்காக எழுதப்பட்டுள்ளன; இன்னும் சில உடனடியாகப் புரிந்துகொள்ளும் தீர்க்க அறிவுடையவர்களுக்காக எழுதப்பட்டுள்ளன; வேறுசில, இரண்டிற்கும் இடைப்பட்ட மத்திய அறிவுடையவர்களுக்காக எழுதப்பட்டுள்ளன. இவையனைத்தும் ஒரு கல்லினின்றும் சிதறிய சிறுசிறு துண்டுகளே; ஒரு முழுமையைச் சார்ந்த பல்வேறு கூறுகளே. உலகின் எந்தவொரு அமைப்பும் பல்வேறு பிரிவுகளால் அமைந்த அளவைகளையும் இயல்புகளையும் உள்நோக்கையும் அறிவியலையும் மெய்ப்பொருளையும் சமயத்தையும் உடையனவாகவே விளங்குகின்றன. இது உலகத்துப் பொருட்களின் இயல்பாகும். இந்தியாவில் உருவான எல்லாத் தத்துவ அமைப்புகளும் தத்தமக்கேயுரிய அறிவுக் கோட்பாடுகளை உலகிற்கு நல்கியுள்ளன. இயற்கையிலும் மனித மனத்திலும் அறத்திலும் சமயத்திலும் உள்ள உட்பொருளை வெளிக்கொண்டு வந்து விளக்கியுரைத்துள்ளன.”

பண்பாட்டு வளம் செறிந்திருந்த இந்திய மண்ணின் பெருமைகளை உள் ஆழத்திலிருந்து வெளிக்கொணர்ந்துப் போற்றும் வகையில் ‘இந்தியத் தத்துவம்’ நூல் தொடங்குகிறது. மூன்று பக்கமும் கடலும் வடக்கில் இமயமலைத் தொடரும் இந்திய நாட்டிற்கு அரண்களாக அமைந்துள்ளன. இவ்வாறு அடிப்படையான வாழ்க்கை அமைதியையும் அழகையும் உணர்வதற்கு ஏற்றவண்ணம் பாதுகாப்புணர்வையும் போர்களில் அதிக நாட்டம் செலுத்தாத ஓய்வு நேரத்தையும் இயற்கை தாராளமாக அள்ளி வழங்கியிருக்கிறது. பிற மேலைநாடுகளின்

தாக்குரவின்றி, தனக்குத் தேவைப்படும் தத்துவங்களை, இந்தியா தானே உருவாக்கிக் கொண்டுள்ளது. இந்தியத் தத்துவங்கள் ஆன்மிக நாட்டத்தின் அடிப்படையிலேயே உருவானவையாதலால் அவைபிற நாட்டில் தோன்றிய தத்துவங்களினின்று வேறுபட்டுள்ளன. இத் தத்துவங்கள் வாழ்வியல் நெறியை அடிப்படையாகக் கொண்டு தோன்றியவை. எனவே, வாழ்க்கை வேறு; தத்துவங்கள் வேறு என்று பிரித்தறிய முடியாது. இந்தியத் தத்துவங்கள் சகிப்புத் தன்மையைப் போற்றுகின்றன. எந்தப் பொருளையும் காரணத்தோடு விளக்குவதற்கு இந்தியச் சமயங்கள் தவறியதில்லை.

> "சமயக் கடுஞ்சடங்குகளைச் சமுதாயம் வலியுறுத்தியபோதும் தனிப்பட்டவர்கள் தம் கருத்துகளைச் சொல்வதற்கும் அதைப் பின்பற்றுவதற்கும் அவை தடையாக இருந்ததில்லை. அதனால் தான் முரண் கோட்பாட்டாளர்கள், ஐயுறவுக் கோட்பாட்டாளர்கள், இறைவனை நம்பாதவர்கள், பகுத்தறிவுவாதிகள், சுதந்திரமாகச் சிந்திப்பவர்கள், பொருள் முதல்வாதிகள், இன்பக் கோட் பாட்டாளர்கள் ஆகிய பலதிறப்பட்டவர்கள் இந்தியாவில் வாழ்வையும் வளர்ச்சியையும் பெறமுடிந்தது."

என்று இராதாகிருஷ்ணன் குறிப்பிடுகிறார்.

இந்தியத் தத்துவங்களைத் தனிநிலையில் வைத்து ஆராய்வது கூடாது. அவற்றை முழுவதுமாக அறிய வேண்டுமெனில் அவற்றின் வளர்ச்சியை வரலாற்று நோக்கில் அணுகவேண்டும். இராதாகிருஷ்ணன் இத்தகு நோக்கில், இந்தத் தத்துவ வரலாற்றுக் காலங்களை வேதகாலம் (கி.மு. 1500 - கி.மு. 600); காவிய காலம் (கி.மு.600 - கி.பி. 200); சூத்திரங்கள் மற்றும் பண்டிதர்கள் காலம் (கி.பி.200 க்குப் பின்) என்று பிரித்துப் பார்க்கிறார்.

வேதப் பாசுரங்களும் உபநிடதங்களும் தோன்றிய காலம் வேத காலம் எனப்படுகிறது. பாசுரங்களைப் பற்றிய மரபுவழிப்பட்ட பல்வேறு திறனாய்வு முறைகளை ஏற்றுக் கொள்வதுடன் அவற்றை இன்றைய நவீன திறனாய்வு முறைகளுடன் இராதாகிருஷ்ணன் பொருத்திப் பார்க்கிறார். ஸ்ரீ அரவிந்தரால் அறிமுகப்படுத்தப்பட்ட உள்ளுணர்வு சார்ந்த திறனாய்வு முறையையும் இராதாகிருஷ்ணன் தன்னுடைய விளக்கங்களுக்குப் பயன்படுத்துகிறார். அதே சமயத்தில் கற்றுத் துறைபோகிய அறிவராம் ஸ்ரீ அரவிந்தர் மீது இராதாகிருஷ்ணன் பெருமதிப்புக் கொண்டிருந்தாலும், தன்னுடைய சொந்தக் கருத்தையும் வெளியிட அவர் தயங்கவில்லை.

> "அரவிந்தகோஷின் நோக்குநிலை என்னதான் தனித்திறம் வாய்ந்ததாக இருப்பினும், அது ஐரோப்பிய அறிஞர்களின் நவீன

நோக்கிற்கும் மரபுவழிப்பட்ட சயன அமைப்பிற்கும் (Sayana System) வேதத்தை விரித்துரைக்கின்ற பூர்வமீமாம்சை அமைப்பிற்கும் மாறுபட உள்ளது. எனவே, அதனைப் பின்பற்றுவதற்கியலாது. இந்தியத் தத்துவங்களின் வளர்ச்சியென்பது வேதப் பாசுரங்கள் சொல்லுகின்ற உயர் ஆன்மிக உண்மைகளின் பிழிவிலிருந்து நேரடியாக உருவானதன்று. அது மனித இனத்தின் இயற்கை வளர்ச்சியோடு இணைந்து வளர்ந்ததாகும். பிற்காலத்தில் தோன்றிய சமயங்களும் தத்துவங்களும் பக்குவப்படாத உள்ளத்திலிருந்து எழுந்த நீதிக் கருத்துகளையும் ஆன்மிக விழைவுகளையும் முதிராத எண்ணங்களையும் அடிப்படையாகக் கொண்டுள்ளன."

வேதப்பாசுரங்களைப் பக்குவப்படாத வெளிப்பாடுகள் என்று இராதாகிருஷ்ணன் கருதுகிறார். ஏனெனில், வேதகால ஆரியரின் கவிதை உயர்நிலைகள், காரணம் அறியப்படாத ஏதோவொரு ஒளியால் செயல்பட்டன என்று அவர் கூறுகின்றார். இவர்கள் ஈரானைச் சேர்ந்த சௌராஷ்டிரர்கள் தோன்றிய மரபிலேயே வந்தவர்கள். இதற்குச் சான்றாக, வேதங்களில் சொல்லப்பட்ட தெய்வங்களைப் பற்றி விளக்கும்போது, அவற்றிற்கு இணையான மேலை நாட்டுத் தெய்வங்களைத் தொடர்புபடுத்திப் படிப்போரின் சிந்தனையை இராதாகிருஷ்ணன் தூண்டுகிறார். வேதகால மேகக் கடவுளான வருணனைப் பற்றி விளக்கும்போது அதற்கு இணையான கிரேக்கர்களின் ஔரேனஸையும் (Ouranos) சௌராஷ்டிரர்களின் அகுரமாஸ்தா (Ahuramazda) வையும் தொடர்புபடுத்திக் காட்டுகிறார். வருணன், அக்னி போன்று கடவுள்களை எளிதாக விளக்கும்போது 'ர்த' எனும் கோட்பாடு எவ்வாறு விளக்கப்படுகிறது? என்பதற்கு இராதாகிருஷ்ணன் பயனீட்டுச் சொல் ஒப்பீட்டாய்வின் துணையை நாடுகிறார்:

"ர்த (Rta) என்பது உலகின் ஒழுங்கமைவைச் சுட்டும் சொல்லாகும். பிரபஞ்சத்தின் இயக்கத்தை 'ர்த' குறிக்கிறது. உலகில் ஒழுங்கமைவுடைய எந்தவொரு பொருளும் "ர்த" இயல்பைத் தன்னுள் கொண்டிருக்கும். பிளாட்டோ சொன்ன பொதுமைகளுக்கும் இது பொருந்தும். நாம் உலகில் பெறும் அனுபவங்கள் காலந்தோறும் மாறலாம். ஆனால் 'ர்த' மாறாது. இந்த நிலைபேறுடைய உண்மையான உலக இயக்கம், மனிதர்கள் வகுக்கும் கொள்கைகள் - தத்துவங்கள் மாறினாலும், தான் மாறாது நிற்கும். இந்தப் பிரபஞ்சம் தோன்றுவதற்கு முன்னாலேயே 'ர்த' இருந்தது. எனவே உலகத்துப்பொருட்கள் தங்கள் இருப்பைக் காட்டுவதற்கு முன்னாலேயே, அவற்றின் இயல்பைக் காட்டும் 'ர்த' இருந்தது என்பதை வேதநூல் அறிஞர்கள் உணர்ந்துள்ளனர்"

என்று இராதாகிருஷ்ணன் கூறுகிறார்.

இராதாகிருஷ்ணன் தம்முடைய நூலில் ஹெகல், வோர்ட்ஸ் வொர்த் போன்ற மேலை நாட்டறிஞர்களின் கூற்றுகளை எடுத்துக்காட்டுவதால் மேலை நாட்டவர்கள் அவரது நூலை எளிதில் புரிந்துகொள்ள முடிகிறது. வேதங்களில் குறிப்பிடப்படும் சூரிய பகவானைப் பற்றிச் சொல்லும்போது, பிளாட்டோவின் நூலான குடியரசில் (Re-public) காணப்படும் சூரிய வழிபாட்டைப் பற்றியும் இராதாகிருஷ்ணன் சுட்டிக் காட்டியுள்ளார். பின்வரும் ரஸ்கினின் புகழ்மிகு கூற்றுகள் உஷையை - கிரேக்கர்களது ஈயோஸ் தெய்வம் (Eos) - பற்றிய குறிப்புகளை இராதாகிருஷ்ணனுக்கு நினைவூட்டுகின்றனவாம்.

“நன்கு திறம்படச் சிந்தித்துவரும் ஆற்றல் கொண்ட ஓர் உயிருக்குப் பயபக்தி உணர்வை ஊட்டுவது விடியற்காலத்தைக் காட்டிலும் வேறெதுவும் இல்லை.” கடவுளர்களின் தாயாகக் கூறப்படும் ‘அதிதி’ என்பாள், கிரேக்கங்களின் தெய்வமான அனக்சிமான்டாரின் (Anaximander) எல்லையற்ற சக்தியாகக் காணப்படுகிறாள். மாதரீஸ்வான் (Matariswan) கிரேக்கர்களது ப்ரோமிதியஸ் (Prometheus) போலவும் சோமன், கிரேக்கர்களது டயோனிசஸ் (Dionysus) கடவுள் போலவும் ஒப்புமைக் கூறுகளைக் கொண்டுள்ளனர். வேதகாலப் பல தெய்வ வழிபாடு, காலப்போக்கில் ஒருகடவுட்கோட்பாடாக வளர்ச்சியுற்றதை இராதாகிருஷ்ணன் பல்வேறு சான்றுகளுடன் எடுத்துக் காட்டுகிறார். படிப்பவர்களுக்கு இவரது நூல் சோர்வைத் தரவில்லை. வேதத் தொகுதிகளைப் போற்றிக் காக்கும் பொறுப்புக் கொண்ட புரோகிதர் அமைப்பு காலப்போக்கில் தனியொரு சாதிப்பிரிவாகக் கருதப்படக்கூடிய அளவுக்குப் பிற்காலத்தில் வருணப்பாடுகளின் தோற்றம் பற்றி விளக்கும் போதுகூட, சோர்வுதட்டாமல் இராதாகிருஷ்ணன் எடுத்துச் சொல்கிறார். சாதி அமைப்புகள் அறிமுகமான பின்னர் வாழ்க்கை மதிப்புகள் அழிந்துவிட்டன. இத்தகுச் சாதி அமைப்புகள் சுய சிந்தனையின் வளர்ச்சியைத் தடை செய்து ஊகத்தின் அடிப்படையிலான கருத்துகள் வளர்வதை ஊக்கின. இதனால் ஒழுக்கம் குறைந்தது. சாதிக் கட்டுப்பாடுகளை மீறுபவர்கள் புரட்சியாளர்கள் என்றும் சாதிக்குப் புறம்பானவர்கள் என்றும் கருதப்பட்டனர். சூத்திரர்கள் உயர் சாதியினரிடமிருந்து விலக்கி வைக்கப்பட்டனர். இதனால் ஒருவரையொருவர் அவமதிக்கும் செயல்கள் பெருகின.”

இந்தியர்கள் வாழ்க்கை, சமயத்தையும் தத்துவத்தையும் அடியொற்றி வளர்ச்சி கண்டு வந்தது என்று இராதாகிருஷ்ணன் கருதினார். இக்கருத்தின் அடிப்படையிலேயே ‘உபநிடதங்களின் காலத்தில் மக்கள், ஆன்மிக எழுச்சியில் உயர்ச்சியைப் பெற்றனர்’ என்று இராதாகிருஷ்ணன் கூறுகிறார். உபநிடதங்களை வழங்கியோரது வாழ்க்கையைப் பற்றி ஒன்றும் அறிய இயலவில்லை என்பது அவருக்குப் பெருங்குறையாகவே இருந்தது. ஏனெனில் இத்தகையச் சான்றோர்களின் வாழ்க்கை

வரலாறுகளை அறிவதென்பது உபநிடதத் தத்துவங்களை நன்கு ஆழமாக அறிவதற்குப் பெருந்துணை செய்யவல்லது என்பதை இராதாகிருஷ்ணன் நன்கு உணர்ந்திருந்தார். உபநிடதங்கள் வேதக்கருத்துகளுக்கு ஆதரவாக இல்லை. இதன் காரணத்தை அறிவதற்காக உபநிடதங்களை வழங்கிய அறிவர்களின் வாழ்க்கையை அறிந்து கொள்வது இன்றியமையாத தாகிறது. உபநிடதங்களை நுண்பொருளியலாகவும் அறிவியலாகவும் இராதாகிருஷ்ணன் நோக்குகிறார். அனைத்தும் கடந்த மெய்ப்பொருளை ஒருவர் அறிய முற்படுகிறார் என்றால், அவர் முதலில் 'தன்'னையே அறிந்துகொள்ளவேண்டும் என்பதை இராதாகிருஷ்ணன் நன்கு அறிவார். 'தான்' என்பதைப் பற்றி உபநிடதங்கள் சொல்வதை அறிஞர்களும் சமயவாதிகளும் காலந்தோறும் விவாதித்து வந்துள்ளனர். 'தான்' என்பது என்ன?

> "'தான்' என்பதை உடலோடு தொடர்புபடுத்திக் கூறுவதை உபநிடதங்கள் மறுக்கின்றன; 'தான்' என்பது பல்வேறுபட்ட மனநிலைகளின் பிரதிபலிப்பு என்பதையும் அவை ஒப்புக்கொள்வதில்லை; 'தான்' என்பது அறுந்துபடாத தொடர் நினைவு என்பதையும் அவை ஏற்றுக் கொள்ளவில்லை; நினைவுகளின் பின்னோக்கியத் தொடர்ச்சி என்பதையும் ஏற்க மறுக்கின்றன. 'தான்' என்பதைச் சுட்டிக்காட்டுவதற்கு அவற்றைப் பிறவற்றோடு தொடர்புபடுத்திக் காட்ட வேண்டியதில்லை. அவ்வாறு தொடர்புபடுத்திக் காட்ட வேண்டுமெனில் அதற்குப் பிறிதொருவரின் துணை இல்லாமலேயே அறிந்துக்கொள்ளக்கூடியது. இந்தப் பிரபஞ்சம் பற்றிய உணர்வை இப்பிரபஞ்சத்தில் உள்ள பொருட்களின் வாயிலாக அறிந்திருக்கிறோம். இப்பொருட்கள் அழிந்துவருமாயினும், இப்பிரபஞ்சம் பற்றிய உணர்வு நம்மைவிட்டு அழியாது. இவ்வாறு, 'தான்', 'தன்னின் வேறு' என்ற இரண்டையும் உணர்ந்து கொள்வதையே 'ஆன்மா' என்கிறோம். இதனுடைய இருப்பை எவரும் ஐயுற இயலாது."

'தான்' அல்லது 'ஆன்மா' என்பது உள்ளத்தால் உணரப்படுவது. 'பிரமன்' என்பது இருப்பால் உணரப்படுவது. பிரமன் என்பதே ஆனந்தம், உபநிடதங்களை வழங்கிய அறிவர்களைப் பற்றிய வரலாற்றுக் குறிப்புகள் ஏதும் இல்லை எனினும், இருக்கக்கூடிய மிகச்சிறு குறிப்புகளை இராதாகிருஷ்ணன் நன்கு பயன்படுத்திக் கொண்டார். யக்ஞவாக்கியரின் மனைவியரான மைத்ரேயியிக்கும் கார்கிக்கும் இடையில் நடைபெறும் விரிவான உரையாடல் வாயிலாகக் கடவுளை மையமிட்ட வாழ்க்கையே ஒழுக்கமான வாழ்க்கையென்பதை இராதாகிருஷ்ணன் நன்கு விளக்குகிறார். "இவ்வுலகில் நாம் வாழ்கின்ற இம்மை வாழ்க்கையே அன்புணர்ச்சி மீதூர்ந்ததாகவும் மனித நேயத்தில் ஆர்வங்காட்டுவதாகவும் இருக்கும்" என்று இராதாகிருஷ்ணன்

கருதுகிறார். புத்த சமயத்தினர் வலியுறுத்துகின்ற ஏகான்மவாதக் கோட்பாட்டின் வித்துகள் உபநிடதங்களில் காணப்படுவதை இராதாகிருஷ்ணன் எடுத்துக்காட்டுகிறார்.

> "மாசுமருவற்ற இலட்சிய அழகை அடைவதற்கு முயன்ற ஆன்மாவின் எல்லையற்ற ஆசை காலவரம்பிற்குட்பட்ட உலகத்துப் பொருட்களால் நிறைவேற்றப்படாமலேயே போயிற்று. பிற உயிர்களிடத்துச் செலுத்தும் அன்பிலும் இலட்சிய வாழ்க்கை ஈடேறும் என்று பலரும் விரும்புகின்றனர். ஆனால் அந்த உயிர் கால நில வரம்பிற்குட்பட்ட மானிட உயிராகவே இருக்குமாயின் அங்கு அந்த இலட்சியம் நிறைவேறுவதில்லை. தம்முடைய மனைவியையும் குழந்தைகளையும் சொத்துகளையும் துறந்து, வீடு பேறு நாடி பட்டினி வாழ்க்கையையும் தூய வாழ்க்கையையும் மேற்கொண்டு இரந்துண்ணும் துறவியாகப் பலர் மாறியுள்ளனர். தங்களைக் கட்டிய இல்லற வாழ்க்கை எனும் கட்டுகளை விட்டு நீங்கிய இத்தகுத் துறவோர்கள் புத்த சமயத்தினர் சொல்லுகின்ற ஏகான்மவாத நெறியைப் பின்பற்றுபவர்களைப் போன்றவர்கள் ஆவர்."

சார்வாகர்களாலும் சமணர்களாலும் பௌத்தர்களாலும் கடுங்கண்டிப்புடன் போற்றப்பட்ட இத்தகுச் சமயநெறிதான் சாதாரண மக்களிடம் "ஆன்ம எழுச்சியை உருவாக்குவதற்கும் ஆழ்ந்த பக்தியை ஊட்டுவதற்கும் உரிய நாட்டத்தை அளிப்பதற்கும் தவறிவிட்டன" என்று இராதாகிருஷ்ணன் கருதுகிறார். பல்வேறு சமயங்களும் மக்களுக்குப் பிடிபடாத வகையில் தத்தம் சமயக் கருத்துகளைக் கடுவிரத நெறிகளுடன் எடுத்துச் சொல்கின்றன. இதனால் மக்களுள் சில பிரிவினர் தங்கள் எண்ணத்தையும் விருப்பத்தையும் ஈடு செய்யக்கூடிய வழிபாட்டு முறைகளைப் பின்பற்ற எண்ணி, 'இஷ்ட தெய்வ' வழிபாடுகளைப் பின்பற்றலாயினர்.

> "விஷ்ணுவின் அவதாரமாகப் பகவத்கீதையில் கிருஷ்ணன் காட்டப்படுவதும் உபநிடதங்களில் அழிவில்லாத பிரம்மமாக உருவகிக்கப்படுவதும் பஞ்சராத்திர அமைப்பும் சுவேதாஸ்வதாரா சைவப் பிரிவும் பிற்கால உபநிஷத்துகளும் புத்த சமயத்திலிருந்து பிற்காலத்தில் தோன்றிய மகாயாணப் பிரிவும், சமய நெறிகளில் ஏற்பட்ட மாறுபட்ட கருத்துகளின் விளைவாகத் தோன்றியவை களாகும்."

சமண சமயத்தின் மையத் தத்துவத்தை லீப்னிசின் ஒருமைக் கொள்கையுடனும் (Leibniz's Monaism) பெர்க்சனின் படைப்புக் கூர்தலறக் கொள்கையுடனும் (Bergsons Creative Evolutionism) இராதாகிருஷ்ணன்

திறம்பட ஒப்பிட்டுக் காட்டியுள்ளார். ஆனாலும் அவரது உள்ளத்தைப் புத்தரது ஆளுமையே பெரிதும் ஈர்த்தது என்பதை அவரது எழுத்துகள் காட்டுகின்றன. இதனை 'இந்தியத் தத்துவங்கள்' என்ற நூலில் திறனுற அமைந்த சில பகுதிகளில் காணலாம். ஒரு மனிதனுடைய வாழ்க்கை அனுபவங்கள் சிறந்த சிந்தனைகளின் கருவாகவும் உருவாகவும் விளங்குவதை இப்பகுதிகள் எடுத்துக்காட்டுகின்றன. நாற்காலியில் உட்கார்ந்துகொண்டு தத்துவங்களை விளக்கியுரைப்பதில் இராதாகிருஷ்ணனுக்கு நம்பிக்கையில்லை. 'புத்தர்-தலைசிறந்த சிந்தனையாளர்' என்று பிரிட்டிஷ் கல்விக்கழகத்தில் சொற்பொழிவாற்றுவதற்கு வெகு நாட்களுக்கு முன்பே இவர் எழுதி வெளியிட்ட 'இந்தியத் தத்துவங்கள்' என்ற நூலின் முதற்றொகுதியில் புத்தருக்கு இவர் சூட்டிய புகழாரத்திலேயே புத்தர்பால் இவர் கொண்டிருந்த ஈடுபாட்டைக் காணலாம்:

> "கீழைநாடுகளின் ஆன்மவடிவை புத்தரிடம் நாம் காணலாம். அவரது ஆழ்ந்த தியான நிலை, கனவுலகில் இருப்பது போன்ற மெல்லியல்பு, இளநலம் வாய்ந்த அமைதி, ஆழ்ந்த அன்பு- இவற்றின் மொத்த வடிவமாகப் புத்தர் திகழ்கிறார். இதனால் அவர் சாக்கிய முனி என்றும் உண்மைகளை உணர்ந்து கொண்ட தடாகதர் என்றும் பல்வேறு பெயர்களால் அழைக்கப்படுகிறார்."

புத்தர், புதியதொரு சமயத்தை உருவாக்கினார் என்று இராதாகிருஷ்ணன் நினைக்கவில்லை. அவரை ஒரு சீர்திருத்தவாதியாகவே இராதாகிருஷ்ணன் கருதுகிறார். தேவையில்லாத அடர்வளர்ச்சியைக் களைந்தெடுத்த சனாதன தருமமே புத்த சமயம் என்று இராதாகிருஷ்ணன் குறிப்பிடுகிறார். இதனைக் காலத்திற்கேற்றவாறு சீர்திருத்தம் பெற்ற சமயம் என்று அவர் கருதுகிறார். வேதங்களுக்கும் உபநிடதங்களுக்கும் இடையே தோன்றிய தடைகளைக் கௌதமபுத்தர் நீக்கினார் என்றும் தத்துவங்கடந்த நிலையில் அறிதற்கியலாமல் இருக்கின்ற மெய்ம்மையைச் சொல்கின்ற உபநிடதங்களை ஒதுக்கிவிட்டு, உலக மாந்தரனைவர்க்கும் ஏற்புடைய ஒழுக்க நெறிக்கு முக்கியத்துவம் தந்தவர் என்றும் புத்தரை இராதாகிருஷ்ணன் போற்றுகிறார். அதே நேரத்தில் "தொடக்க காலப் புத்த சமயம் உபநிடதங்களின் கருத்தைப் புதிய கோணத்தில் சொல்கிறது" என்று அவர் கருதுகிறார். உபநிடதங்களுக்கும் புத்த சமயக் கருத்துகளுக்கும் உள்ள ஒற்றுமைக்கூறுகளே இராதாகிருஷ்ணன் இவ்வாறு கருதுவதற்குக் காரணங்களாயின. வேதங்களோடு இவை இரண்டும் கருத்து வேறுபடுகின்றன; 'கர்மா' கொள்கையில் இவை ஒன்றுபடுகின்றன; 'தான்' என்ற ஆன்மாவின் இயல்பை வரையறுப்பதிலும் முக்தி நிலையைக் கூறுவதிலும் உபநிடதங்களும் பௌத்த சமய நெறிகளும் ஒன்றுபடுகின்றன.

ஆனால் உலகின் இயல்கடந்த நிலை பற்றிய (metaphysical) சிக்கல்களுக்கு உபநிடதங்களை வழங்கியவர்கள் அளித்த விளக்கங்களைப் போன்று, புத்தர் விடைகளைச் சொல்லவில்லை. இராதாகிருஷ்ணன் பௌத்த நெறியின் மீது ஈடுபாடு கொள்வதற்கு இவ்வியல்பு முக்கியக் காரணமாக அமைந்தது. சமயச் சீர்திருத்த வாதியாகவும் ஆன்மிகத் தலைவராகவும் ஒருங்கே விளங்கும் ஒருவர் 'இறுதி முடிவை'ப் பற்றி ஒன்றும் கூறாமல் விடுத்தது. அவரைப் பின்பற்றுவோர்க்கு ஏமாற்றத்தை அளித்திருக்கக்கூடும். இதைப் பற்றி ஒன்றும் கூறாமல் புத்தர் ஏன் மௌனம் சாதித்தார்? இதைப் பற்றிய தெளிவு அவருக்கு இல்லையா? இதைப் பற்றிச் சொல்வதற்கு அவர் அஞ்சினாரா? இதற்கு இராதாகிருஷ்ணன் என்ன விளக்கம் தருகிறார்?

புத்தரை வெற்றுக் கனவு காண்பவராக இராதாகிருஷ்ணன் பார்க்கவில்லை; தெரிந்தும் தெரியாதது போல் இருந்தார் என்றும் மதிப்பிடவில்லை. 'பிரம்மம் என்பதே முற்ற முடிந்த எல்லை' என்று உபநிடதங்கள் கூறுவதைப் புத்தர் ஏற்றுக் கொள்ளவில்லை. அதனாலேயே அவர் மௌனம் சாதித்தார். விவரிக்க இயலாத முழு முதலின் இயல்பை எந்த அளவீடுகளினாலும் சுட்டிக்காட்ட இயலாது. எனவே அதனை விளக்குவதற்கு எதனையும் சார்ந்து நிற்கத் தேவையில்லை என்று புத்தர் கருதியிருந்தார் என்று இராதாகிருஷ்ணன் விளக்குகிறார். எனவே மெய்ப்பிக்க இயலாத இவை போன்றவற்றை மெய்ப்பிக்க முயற்சிப்பதில் காலத்தை வீணாக்குவதைக் காட்டிலும் தன்னுடைய வாழ்க்கையிலேயே ஒவ்வொருவரும் அதைக் காட்ட வேண்டும் என்று புத்தர் விரும்பியதாக இராதாகிருஷ்ணன் குறிப்பிடுகிறார்:

> "தத்துவ அமைப்புகளின் இத்தகுச் சச்சரவுகளிலிருந்து மக்கள் தம்மை விலக்கிக் கொண்டு சமய ஒழுங்குகளைத் தம்முடைய வாழ்க்கையிலேயே கடைப்பிடித்து உண்மையைக் கண்டறிய முயற்சிக்க வேண்டும் என்று புத்தர் வலியுறுத்தினார். தத்துவங்களைப் பற்றிய முற்கோள்களிலிருந்து நம்மை நாமே விடுவித்துக் கொண்டால் நமக்குள்ளேயே உண்மையொளி தோன்றும்; அதன் பயனாக மெய்ம்மை விளங்கி, நம்மைப் பக்குவப்படுத்தும். எனவே மெய்ம்மை என்பதை ஒவ்வொருவரும் தம் வாழ்விலேயே காண வேண்டும். மெய்ம்மை என்பது கற்றறிந்தோர்களின் கருத்து மோதல்கள் அன்று; அவை ஆன்மிகத்தின் அடிப்படைகள்."

அவரவர்கள் தம் வாழ்வில் கண்ட மெய்ம்மைகளையே கடைப்பிடித்து ஒழுகவேண்டும் என்று புத்தர் கூறினார். இதற்கேற்ப, அவரைப் பின்பற்றினோர், தாம் கண்ட உண்மைகளின் அடிப்படையில் சௌத்ராந்திகம், வைபாடிகம், யோகாசாரம், மத்யாமிகம் போன்ற

பல்வேறு தத்துவப் பள்ளிகளை ஏற்படுத்தினார்கள். இவ்வாறு புத்த சமயத் தத்துவங்கள் பல்வேறாகப் பிரிந்த சூழலில், புதியதொரு தத்துவத்தைச் சங்கரர் அறிமுகப்படுத்துவதற்குரிய காலம் கனிந்தது. 'இந்தியத் தத்துவம்' என்ற நூலின் இரண்டாவது தொகுதி, நியாயம், வைசேடிகம் போன்ற பல தத்துவங்களைப் பற்றி விரிவாகச் சொல்லுகிறது. இவை விளக்குவதற்கு மிகச் சிக்கலான தத்துவங்கள். முதலில், இவற்றை விளக்கும்போது ஆங்காங்கே விலகல்களும் சறுக்கல்களும் ஏற்பட வாய்ப்புண்டு. ஆனால் தத்துவங்களை இராதாகிருஷ்ணன் விளக்கும்போது அவற்றில் இத்தகுத் தவறுகளைக் காணவியலாது. இதுபோன்ற விளக்கங்களில் சமஸ்கிருத மரபுத் தொடர்கள் அதிகமாக இடம்பெறுவதுண்டு. இந்தியத் தத்துவங்களைப் பற்றி ஆங்கிலத்தில் எழுதப்படும் நூல்களின் எளிமையையும் தெளிவையும் இவை அழித்துவிடும். எனவே இந்தத் தத்துவ மரபுத் தொடர்களை இராதாகிருஷ்ணன் தனது ஆங்கில நூல்களில் பெய்து எழுதும்போது, நூலின் பதிப்பாளரான மியூர்ஹெட் (Muirhead) மிகுந்த சிரமத்திற்குள்ளானார். சமஸ்கிருதச் சொற்கள், மரபுத் தொடர்கள், அவற்றை ஆங்கிலத்தில் ஒலி பெயர்த்து எழுதுதல், அவற்றிற்கு ஒலி வேறுபாட்டுக் குறிகள் இடுதல் போன்றவை இந்நூலுக்கு அயற்றன்மையை ஊட்டிவிட்டது போன்றும் அச்சுச் செலவுகள் கூடிவிட்டது போன்றும் பதிப்பாளர் உணர்ந்தார். ஆனால் இந்நூலின் வெளியீட்டாளராகிய ஸ்டான்லி அன்வின் (Stanely Unwin), இந்நூல் எதிர்காலத்தில் மிகப்பெரிய எதிர்பார்ப்பைத் தரப்போகிறது என்பதை உணர்ந்தார். தற்காலத்தில் இந்தியப் பண்டை இலக்கியங்களைப் பற்றி எழுதுவோர்க்கு இராதாகிருஷ்ணனின் இந்நூல் ஒரு முன்னோடியாகத் திகழ்கிறது.

தமது இரண்டாவது தொகுதியில் இராதாகிருஷ்ணன் பல்வேறு தத்துவ அமைப்புகளை விளக்கியுள்ளார். இவற்றுள் ஆதிசங்கரரின் அத்வைதத் தத்துவம் விரிவாகவும் மிக விருப்பமாகவும் சொல்லப்பட்டுள்ளது. அத்வைதத்தத்துவத்தில் இராதாகிருஷ்ணன் கொண்ட ஆழ்ந்த ஈடுபாடே, அத்தத்துவத்தைப் பற்றி அவர் மிக விரிவாகச் சொல்வதற்குக் காரணமாக அமைந்தது. தன்னுடைய வாழ்க்கையைப் பற்றிப் பிற்காலத்தில் இராதாகிருஷ்ணன் எழுதிய நூலில் சங்கரரின் அத்வைதத்தத்துவத்தைத் துணை கொண்டுள்ளார். தினசரி வாழ்க்கையிலேயே மூழ்கிக் கிடக்கும் இம்மை வாழ்க்கையிலிருந்து உய்தி பெறுவதற்கு, தத்துவஞ்சார்ந்த சமய வாழ்வே வழிவகுக்கும் என்று இராதாகிருஷ்ணன் உறுதியாக நம்பினார். எந்தச் சமயமும் தத்துவமும் மனிதனின் முன்னேற்றத்திற்குத் தடையாக இருக்கக்கூடாது என்று அவர் கருதினார். மாறிவரும் சூழல்களைக் கருத்திற்கொள்ளாத சமய நம்பிக்கைகள் மனித முன்னேற்றத்திற்குத் தடையாகவே இருக்கும் என்று இராதாகிருஷ்ணன் கூறினார். இவை மனிதனுடைய ஆன்ம

ஈடேற்றத்திற்குத் துணை செய்யா என்றும் அவர் நம்பினார். எனவே காலந்தோறும் மாற்றங்கள் ஏற்படும் போதெல்லாம் மக்கள் பின்பற்றும் தத்துவங்களும், அவர்களது பாரம்பரிய மரபுகளைச் சிதைக்காத வண்ணம் காலத்திற்கேற்ப மாறுதல்களைப் பெறவேண்டும் என்று இராதாகிருஷ்ணன் விரும்பினார். புத்த சமயத் தத்துவங்களுக்கடுத்து, சங்கரரின் தத்துவங்களே இராதாகிருஷ்ணனின் ஆழ்ந்த ஆய்வுக்கு உட்பட்டன.

சங்கரர் தோன்றியபோது, இந்தியா, பல்வேறு சமயக்கோட்பாடு களுக்கும் பிரிவினைகளுக்கும் மூடநம்பிக்கைகளுக்கும் முடியைப் பிய்த்துக் கொள்கிற நுண்பொருட் கோட்பாடுகளுக்கும் நிலைக்களனாக இருந்தது என்பதை இராதாகிருஷ்ணன் தெளிவாகக் காட்டுகிறார்:

> "மரபு வழிப்பட்ட சமய நெறியில் உறுதியான நம்பிக்கையுடையவராகவும் அதே சமயத்தில் ஆன்மிகச் சீர்திருத்தவாதியாகவும் சங்கரர் விளங்கினார். ஆன்மாவை உயர்வாழ்வுக்கு உய்விப்பதற்கான நம்பிக்கையாற்றலே அவரது உறுதிக்குச் சோதனையாக அமைந்தது, புத்த சமயம் மீமாம்ச அமைப்பு, பிற பக்தி அமைப்புகள், இவை எல்லாவற்றுக்கும் மேலாக மக்களின் அற வாழ்க்கையையும் ஆன்மிக வாழ்க்கையையும் நிறைவு செய்ய வல்ல தத்துவத்தையும் பக்தி மார்க்கத்தையும் ஆன்மிக நெறிகளின் அடியொற்றி உருவாக்க வேண்டும் என்ற தூண்டுதல் தமக்குள் உண்டாவதை அவர் உணர்ந்தார். இன்னதென்று விவரிக்க முடியாத மூடுபனி போன்ற தெளிவில்லாத உணர்ச்சிகளுக்கிடையே விளங்கும் உண்மைகளை விளக்கவியலாது சமயவாதிகள் மூடி மறைத்தனர். மிக உயர்ந்த அருளியல் அநுபவத்தில் திளைத்திருந்த ஆன்மிக வாதிகள் நடைமுறை வாழ்க்கையின் செயல் முறைகளில் அக்கறை காட்டவில்லை. தர்மங்களை வலியுறுத்துகையில் ஆன்மிகமில்லாத சடங்கு முறைகளை மீமாம்சைவாதம் போதித்தது. இந்தச் சூழ்நிலையில் முரண்பாடுகளையுடைய சமயவாதிகளுக்கு அத்வைதத் தத்துவம் மட்டுமே அமைதியைக் காட்டும் என்று சங்கரர் கருதினார்."

சங்கரர், கவிஞராக, மறைஞானியாக, அரசியல் வல்லுநராகத் திகழ்ந்த போதிலும் அவரது ஏகான்மவாதக் கொள்கை உருப்பெறுவதற்கு அவை குறுக்கே நிற்கவில்லை. "இவ்வாறு சங்கரரைப் போன்று பல்திறங்கொண்டோர் மிகச் சிலரே இருந்தனர்" என்று இராதாகிருஷ்ணன் புகழ்ந்துரைக்கிறார். சங்கரரது அத்வைதத் தத்துவத்தின் மீது இராதா கிருஷ்ணன் கொண்ட ஆழ்ந்த பற்றும் ஈடுபாடும் இராமானுஜரின் விசிட்டாத்துவைதத்தைப் போற்றி யுரைப்பதற்குக் குறுக்கே நிற்கவில்லை.

இவ்விரு ஆன்மிக வழிகாட்டிகளிடமும் காணப்படும் இரு வேறுபட்ட நெறிகளை இராதாகிருஷ்ணன் சமன் செய்து விளக்குகிறார்:

> "...ஒவ்வொன்றிலுமுள்ள சிறப்புக் கூறுகள் மற்றொன்றின் வழுவாக அமைகின்றன. சங்கரரின் நெறி எளிதில் உணரத்தக்க எளிமையுடையதாக இருப்பதால், அதில் பரபரப்போ, உள்ளீடுக் கவர்ச்சியோ அதிகமாக இல்லை. உலகத்தின் தோற்றம் பற்றி ராமானுஜர் கூறும் கதைகளில், தானே உலகத் தோற்றத்தின் போது அருகிலிருந்து உதவியதைப் போன்றதொரு நம்பிக்கை வெளிப்படுகிறது. அதில் தவறு காண முடியாது. 'கடவுள், மனிதன், உலகம் எல்லாமே முடிவில் ஒரே ஆன்ம நிலையை எய்துகின்றன' என்ற சங்கரரின் தருக்கம் இராமானுஜரின் உதட்டில் ஒரு சிறு சுழிப்பைக்கூட ஏற்படுத்தவில்லை. சங்கரருடைய சீடர்கள் அத்வைத நெறியை, பக்தி மனநிலைக்கு உயர்த்தி அழிவற்ற நிலையைத் தந்து, குருவையும் விஞ்சினார்கள்."

'இந்தியத் தத்துவம்' என்ற இரு தொகுதிகளை நாம் படிக்கும் போது, இது போன்று தத்துவ அமைப்புகளை உருவாக்கிய ஞானிகளின் நெறிகளைச் சதுரப்பாட்டுடன் விளக்குவதில் இராதாகிருஷ்ணனின் புலமை நம்மை வியப்பில் ஆழ்த்துகிறது. இந்தியத் தத்துவம் என்பது ஏதோ மீவிரைவுக் கணினிகளால் (Super Computers) ஒப்பிக்கப்பெற்ற ஆவணமன்று. இந்நெறிகளை உருவாக்கிய ஆன்மிகச் சிந்தனையாளர் களும், அந்நெறியைப் போன்றே அறிதோறும் அறிதோறும் பெருவிருப்பிற் குரியவர்களாகத் தோன்றுகின்றனர். அவர்களது வாழ்க்கை, தத்துவமும் சமயமும் சந்திக்கும் இடமாக அமைகின்றது. 'இந்தியத் தத்துவம்' என்ற பெயரில் எழுதிய தன்னுடைய இரு நூற்றொகுதிகளின் முடிவில் இராதா கிருஷ்ணன் பின்வருமாறு குறிப்பிடுகிறார்:

> "வசிஷ்டர், விசுவாமித்திரர், யஞ்ஞுவாக்கியர், காந்தி, புத்தர், மகாவீரர், கௌதமர், காண்டர், கபிலர், பதஞ்சலி, பத்ராயனர், ஜைமினி, சங்கரர், ராமானுஜர் என்ற பெயர்கள் வரலாற்றாசிரியர் களின் எண்ணங்களுக்கு வடிவம் தருவதற்காக ஏற்பட்டவையல்ல. அவை அவர்களது ஆளுமையின் சின்னங்கள். வாழ்க்கையனு பவத்தின் அடிப்படையில் உலகளாவிய நோக்கில் தத்துவங்களை இவர்கள் விரிவாக்கினர். சிந்தனைகள், வாழ்க்கையனுபவங்களால் சோதித்தறியப்படும் போது, அவை சமய அனுபவங்களாக மலர்கின்றன. இந்தச் சமயத்தில் தத்துவ ஒழுங்கு முறைகள் சமயத்தையே வாழ்க்கைத் தொழிலாகக் கொண்டொழுகுவதற்குரிய நிறைவாக மாறுகின்றன."

தத்துவங்களையும் சமயங்களையும் பற்றிய கருத்துகளை வாசகர் மனத்தில் கவர்ந்திழுத்து நிறுத்துவதற்கு இராதாகிருஷ்ணன் பல நடையியல் உத்திகளைக் கைக்கொண்டார். சான்றாக, சமணர்களின் தத்துவத்தை அவர் விரித்துரைப்பற்குச் சிறுசிறு தொடர்களைக் கையாண்டார். இதனைப் பின்வரும் சான்றினால் அறியலாம்:

> "வீடுபேற்றை அடையவேண்டுமாயின் தாழ்நிலையிலுள்ள உயிரை, உயர்நிலையிலுள்ள அளப்பறிய ஆற்றல் அடக்குதல் வேண்டும். இவ்வாறு உயிர் தன்னை அழுத்துகின்ற சுமைகளிலிருந்து விடுதலை பெறுமாயின் அது மேலுயர்ந்து சென்று வானுலகில் வீடு பேறு பெற்றோர் வாழுகின்ற உயருலகை எட்டும். மனிதனின் ஆழ்மனதில் ஏற்படுகின்ற அடிப்படை மாற்றமே விடுதலைக்குரிய வழியாக அமைகின்றது. மனிதனைத் திருத்தி புதிய கர்மங்கள் உருவாவதைத் தடுப்பதற்கு ஒழுக்கத்தை மேம்படுத்துவமே மிக முக்கியமானதாகும். ஞானம், அறிவு, ஒழுக்கம் என்ற மூன்று உயர் நெறிகளின் (triratna) வழியாக நிர்வாணம் எனப்படும் வீடு பேற்றை அடையலாம்."

சமஸ்கிருதச் சொற்களையும் மரபுத் தொடர்புகளையும் இராதாகிருஷ்ணன் தம்முடைய நூலில் ஆங்காங்கே பரவலாய்ப் பயன்படுத்தினாலும், ஆங்கில இலக்கியத்திலிருந்தும் சில மேற்கோள்களை அவர் எடுத்துக் காட்டியுள்ளார். 'கண்மூடித்தனமான விதியின் கைகளில் சிக்கியுள்ள நாம், உதவுவாரின்றி அலைக்கழிக்கப் படுகின்றோம்' எனும் ஜைனத் தத்துவத்தை எடுத்துக்காட்டுவதற்கு ஆங்கிலக் கவிஞர் கோல்ட்ரிஜின் 'பண்டைக் கடலோடி' (Ancient Marriner) என்ற கவிதையிலிருந்து எடுத்துக்காட்டுகளை தருகின்றார்:

> "விதியே எப்போதும் வெல்லும் என்று கூறமுடியாது; ஏனெனில் நாம் செய்யும் வினைகளே எல்லாவற்றையும் முடிவு செய்கின்றன என்றாலும், நம்முடைய கட்டுப்பாட்டுக்குள் வயப்படும் நடப்பு வாழ்க்கை, நம்முடைய பழங்காலத் தீவினைகளை மாற்றவல்லன. நம்முடைய இவ்வினைப் பயன்களைத் துய்ப்பதிலிருந்து நாம் தப்ப வேண்டுமாயின் கடும் முயற்சிகளை நாம் மேற்கொள்ள வேண்டும். இதில் தெய்வத்தின் குறுக்கீடு இருப்பதில்லை. கொடுமையான கதைத் தலைவர்கள் கூட கடவுளர்களால் ஆசிர்வதிக்கப்படுவது அவர்களது எல்லையற்ற திருவிளையாடல் களால் அன்று; அவர்கள் தாம் வாழ்கின்ற பிரபஞ்சத்தாலேயே தண்டிக்கப் படுகிறார்கள்."

இந்தியத் தத்துவம் இவ்வாறு மனங்கவர் வகையில் விரித்துரைக்கப்பட்டதால், இந்திய மரபை எவராலும் புறக்கணிக்க

இயலவில்லை. சமகால இந்தியத் தத்துவம் (Contemporary Indian Philosophy; 1936) என்ற நூலில் சைதன்யருடைய இயக்கம் வரை விரித்துரைக்கப்பட்டுள்ளது. இந்நூல் இந்தியத் தத்துவம் என்ற நூலுக்கு அடுத்து வெளிவந்தது. மாபெரும் தத்துவவாதிகளின் காலம் இன்னமும் முடியவில்லை என்பதை ரவீந்தரநாத் தாகூரும் ஸ்ரீ அரவிந்தரும் பகவன்தாசும் மெய்ப்பித்தனர். ‘இந்து நோக்கிலான வாழ்க்கை’ (The Hindu view of Life: 1927), ‘இலட்சிய நோக்கியலான வாழ்க்கை’ (The Idealist View of Life: 1932) ஆகிய இரண்டும் அத்வைதத் தத்துவத்தைப் பற்றிய சிறந்த நூல்கள் எனலாம். இவை இரண்டும் இராதாகிருஷ்ணன் மேலை நாட்டவர்க்காக ஆற்றிய சொற்பொழிவுகளின் நூல் வடிவம் ஆகும். ‘இந்து நோக்கிலான வாழ்க்கை’ எனும் நூல் எடுத்த எடுப்பிலேயே அறைகூவல் விடுப்பதாக அமைகிறது.

> “கட்புலன்களுக்கு எட்டாமல் இந்த உலகை இயக்கி வருகின்ற இயற்கையாற்றலை விட்டு நாம் விலகிச் சென்றோமெனில் இந்த உலகத்தில் எதுவும் இயங்காது. இது கிரேக்கர்கள் சொன்ன உண்மையன்று; இதனை நாம் இந்த உலகத்திலேயே கண்டு வருகிறோம். ஆனால் இக்கூற்றில் எல்லாமே உண்மையன்று. இந்துத் தத்துவம் தந்த கருத்துகளைச் சாராது தானாக இயங்கும் ஆற்றலை உலகின் பாதியளவு நாடுகள் பெற்றுள்ளன. சீனா, ஜப்பான், திபெத், சையாம், பர்மா, இலங்கை ஆகிய நாடுகள் இந்தியாவைத் தங்களது ஆன்மிகக் களமாகக் கருதுகின்றன.”

“இயற்கையை மறந்தால் இயக்கம் இருக்காது” எனச் சொல்வது, நலம் சார்ந்த ஒரு கருத்தேயன்று. நம்புவதற்குரிய சிறப்பு அதில் இல்லை என்று இராதாகிருஷ்ணன் தெளிவுபடுத்துகிறார்:

> “‘இந்துத்துவம்’ என்பது மிகப் பரந்த சிக்கலான தத்துவத்தைக் கொண்டது. ஆனால் நுண்மனதின் நோக்கினால் இவை கைவரப் பெறுகின்ற ஆன்மிகச் சிந்தனையாகத் தோற்றமளிக்கும். கடவுளைப் பற்றிய நம் அறிவை வளர்த்துக் கொள்ள வேண்டும் என்று இந்துத்துவம் தரும் தகவலுக்கு மாறாக தமக்கே இயல்பாக உரிய சகிப்புத் தன்மையினால் இந்தியர்கள் காரணமற்ற கரணங்களையும் சடங்குகளையும் இன்னும் காப்பாற்றி வருகின்றனர்.”

வாசகருக்கு நன்கு விளங்கவேண்டும் என்பதற்காக இந்து சமயத் தத்துவங்களோடு இணையாகக் கருதத்தக்க மேலை நாட்டுச் சமயத் தத்துவங்களையும் இராதாகிருஷ்ணன் இணைத்துக் காட்டியுள்ளார். யக்ஞுவாக்கியரின் ‘நேதி’ (Neti), பெர்ணார்டின் ‘நெசியோ’ (Nescio of Bernard) வையும், ‘அன்பு மேலீட்டில் ஆழ்பவர்கள், அமைதியில்

தங்களையே இழந்து விடுகின்றனர்' என்று ரெஸ்பரோக் (Ruysbroeck) சொன்னதையும் டைனோசியால், அரோபாஜி, எக்கார், போமே (Dionyasius, Areopagite, Eckart and Bowme) ஆகியோரது முரண் வாதங்களையும் இணைத்துக் காட்டியுள்ளார்.

இவ்வாறு எடுத்துக்காட்டுகளை அடுக்காக வைத்து விரித்துரைப்பது என்பது பொதுவாக வரவேற்பைப் பெற்றது என்றாலும், இவரது புருவங்கள் வியப்பால் விரிந்தன. இந்தியத் தத்துவங்களில் குறைபாடுகளைக் கண்டதால்தான், அவற்றைச் சரி செய்வதற்காக அங்காங்கே மேலைச் சிந்தனைகளை இராதாகிருஷ்ணன் இணைத்துக் காட்டுகிறார் என்று பி.டி.ராஜு போன்றோர் கருதுகின்றனர். ரிச்சர்ட் தெ ஸ்மெட் (Richard de Smet) என்பார் தன்னுடைய தனிப்பட்ட ஆர்வத்தை நிறைவு செய்வதற்காக இராதாகிருஷ்ணன் அத்வைத நெறியைத் தவறாகக் கணிக்கிறார் என்று கூறுகிறார்.

> "ஸ்ருதி என்பது மட்டுமே பிரம்மத்தோடு தொடர்புடைய பிரமாணம் அல்லது உண்மையாகக் கருதப்படுவதாக சங்கரர் கூறுகிறார். இந்த ஸ்ருதியை காரணகாரியத்தோடு ஆராய வேண்டும். ஆனால் ஏதுக்கள் எதுவுமின்றி காரணங்களின் துணையின்றிச் செய்யப்படுகின்ற எந்த தனித்த ஆராய்ச்சியாலும் உண்மையைக் காணவியலாது. அதனை ஸ்ருதி ஒன்றாலேயே காணவியலும். ஸ்ருதி என்ற ஆணையுரிமையை ஏற்றுக் கொள்ளும்வரை காரணங்காட்டுதல் என்பது ஆற்றலின்றியே இருக்கிறது. காரணம் காட்டுவதற்கு ஸ்ருதியின் ஆற்றலை நாம் ஏற்றுக் கொண்டோமாயின், உண்மையை அறிய வைப்பதற்கும் விளங்க வைப்பதற்கும் நம்முடைய கைப்பாவை போல நாம் கருதியபடியெல்லாம் ஸ்ருதி செயல்படுகிறது. சங்கரர் காட்டிய பிரம்மம் - ஜிஜ்நாசம் (brahmajijnasam) இணைவு, ஸ்ருதிவதையின் (Srutivada) ஆற்றல் மிகுந்த வடிவமாகக் காணப்படுகிறது. இத்தகு வடிவம் புனித நூல்களில் அடங்கியிருக்கும் கிறித்துவ, இஸ்லாமிய இறையருளைப் போன்றதாகும்."

ஆனால் இராதாகிருஷ்ணன் நமது பண்டைய நம்பிக்கைகளையெல்லாம் புதிய பார்வையில் அணுகினார். தன்னுடைய சிறந்த படைப்புகள் தான் கலந்து நிற்கும் கருத்து விளக்கங்களாக இருக்குமேயன்றி, அவை வேறு, தான் வேறு என்று பிரிந்து நிற்காது என்று கூறியுள்ளார். இதனைக் 'கிழக்கு மதங்களும் மேற்கத்திய சிந்தனைகளும்' என்ற அவரது நூலில் நாம் காணலாம். இந்நூலில் அவர் தத்துவக் கருத்துகளை விளக்கியுரைக்கிறார். அவ்வாறு விளக்கி யுரைக்கும் போது மேற்கத்திய சமயத் தத்துவங்களில் கீழ்த்திசைச்

சமயங்களின் தாக்கத்தைக் காணலாம் என்று குறிப்பிட்டுள்ளார். அவரது நூலின் ஒவ்வொரு பக்கத்தையும் நாம் படிக்கும் போது இராதாகிருஷ்ணனின் பன்னூற் பயிற்சியை நம்மால் உணரவியலும். புத்த சமயத்தையும் வேதாந்த சமயத்தையும் புளோட்டினஸ், செயிண்ட் பிரான்சிஸ் ஆகியோரது கருத்துகளையும் தம் நூலில் பலவிடங்களில் அவர் எடுத்துக்காட்டியுள்ளார். கீழ்த்திசை நாடுகளிலும் மேற்றிசை நாடுகளிலும் தோன்றிய தத்துவ மாமேதைகளின் கருத்துகளை நாம் அறியும் போது இவையெல்லாம் விழலுக்கு இறைத்த நீரல்ல என்ற உண்மை நம் உள்ளத்தில் உருவாகின்றது. இத்தகுச் சான்றோர்களின் வாழ்வும் பணியும் மனித குலத்தின் வேகமான முன்னேற்றத்துக்குப் பெரும் விடியலாக அமைந்தன:

> தனிப்பட்டவர்கள் வாயிலாக முன்னேற்றத்தின் விடியல் பிறந்தது எனினும், அது மனித இனம் அனைத்திற்கும் பொதுவாக அமைந்தது. கடவுள் புதுப்புது அவதாரங்களை எடுக்கிறார் என்று சொன்னபோது, மனித இனத்தின் சிந்தனைகளும் ஆற்றல்களும் காலந்தோறும் புதிது புதிதாகத் தோன்றிக் கொண்டிருக்கின்றன என்பதே பொருளாகும். இவ்வாறு உலகம் அவ்வப்பொழுது புதிதாக உருவாக்கப்படுகிறது. இதுதான் உலகின் முடிவு; ஆன்மிக வாழ்வின் இலட்சியம். இத்தகு வாழ்க்கை மட்டுமே நம்முள் ஒளிந்து கிடக்கின்ற ஆற்றல்களை உயிர்த்தெழுப்பி, மூடத்தனமான நம்பிக்கைகளிலிருந்து நம்மைக் காப்பாற்ற முடியும்; மனித சமுதாயத்தைக் கட்டிக் காக்கின்ற அன்பினை நம்முள் எழுப்ப முடியும்; கருத்தியலாகவும் ஒழுக்க ரீதியாகவும் ஆன்மிக நோக்கிலும் நம்மை இணைத்துத் தழுவிய 'யாதும் ஊரே, யாவரும் கேளிர்' என்ற உலகந் தழுவிய உறவுக்கு நம்மை இட்டுச் செல்ல முடியும்.

* * *

5. சமயத்திருநூல்களின் பொருள் விளக்குநர்

இந்தியச் சமயத் திருநூல்களுள் சிலவற்றைத் தேர்ந்தெடுத்து இராதாகிருஷ்ணன் செய்த மொழிபெயர்ப்பு உலகெங்கிலும் இலட்சக்கணக்கானவர்களின் மனதைக் கவர்ந்தது. 1948இல் அவர் பகவத்கீதை மொழிபெயர்ப்பை வெளியிட்டார். இம்மொழிபெயர்ப்பு விரிவான முன்னுரையோடு சமஸ்கிருத மூலத்தை ஆங்கில வரிவடிவத்தில் எடுத்துப் பெயர்த்து தருதல், ஆங்கில மொழி பெயர்ப்பு, விரிவான குறிப்புகள் ஆகியவற்றைக் கொண்டிருந்தது. பகவத்கீதை அறிஞர் பெருமக்களாலும் பக்தர்களாலும் பெரிதும் போற்றப்பட்ட நூலாகும். சுதந்திரப் போராட்டக் காலத்தில் குறிப்பிடத்தக்க அளவு பரவலாகப் பேசப்பட்டது. இக்காலத்தில் கீதைக்கு எழுதப்பட்ட சில விரிவுரைகள் சிறந்த இலக்கியங்களாகப் போற்றப்படுகின்றன. பாலகங்காதர திலகர் மராத்தியில் எழுதிய கீதா ரகசியம், சுப்பிரமணிய பாரதியார் தமிழில் தந்த கீதை மொழிபெயர்ப்பு, ஸ்ரீ அரவிந்தர் ஆங்கிலத்தில் எழுதிய கீதைக் கட்டுரைகள் ஆகியவை கீதையின் ஆன்மிகத்தை அழித்துவிடாமல், அந்நாளைய விடுதலைப் போராட்ட உணர்வை நன்கு வெளிப்படுத்தும் வாயில்களாக அமைந்தன. இராதாகிருஷ்ணன் தன்னுடைய பகவத்கீதை மொழிபெயர்ப்பை மகாத்மா காந்திக்குக் காணிக்கையாக்கினார். அனைத்து உலக மக்களுக்கும் புரியும்படியாகத் தன்னுடைய நூலை ஆக்கிய பெருமை இராதாகிருஷ்ணனைச் சாரும். இதுபற்றி நூலின் முன்னுரையில் அவர் பின்வருமாறு கூறுகிறார்:

> "நமக்குள் வேறுபடப் பிரிந்திருக்கின்ற மனித மனத்தை ஒன்றாக்குவதுதான் நமக்கு இருக்கின்ற இன்றைய மிகப் பெரிய சிக்கல். இதற்கு கீதை பெருந்துணையாக இருக்கும். ஏனென்றால் முரண்பட்ட இரு கருத்துகளிடையே நிகழும் மோதல்களையும், அதைக் களைவதற்குச் சமயம் பற்றிய கருத்து உணர்வு எந்த அளவிற்குத் துணை செய்ய வல்லது என்பதையும் கீதை எடுத்துச் சொல்கிறது. இவ்வாறு கீதை சொல்லும் கருத்துகள் புதியவை யல்ல; மிகப் பழமையானவையும் அல்ல. அவை என்றும் நிலைத்திருக்கக் கூடிய, எல்லாக் காலத்துக்கும் ஏற்புடைய அன்றும் இன்றும் இனி என்றும் பொருந்திவரக்கூடிய கருத்துகள்."

மிக எளிமையான உரையைத் தரவேண்டும் என்று இராதாகிருஷ்ணன் அரிதின் முயன்றிருக்கிறார். ஆனால் புலத்துறை முற்றிய அவரால் தனது இயல்பான நடையிலிருந்து மாற முடியவில்லை. எனவே புத்தொளி வீசுகின்ற முன்னுரையில் தொடக்கத்திலேயே 'மகாயான ஸ்ரதோத்பதி' மற்றும் 'சதர்ம புண்டரிகம்' ஆகிய இரு

மகாயான புத்த நூற் கருத்துகளுக்குப் புத்துணர்ச்சியூட்டுவதாக கீதை அமைந்துள்ளது" என்று இராதாகிருஷ்ணன் குறிப்பிடுகிறார். 'அழியாத் தன்மை பெற்ற நூல்' என்று ஜெர்மானிய சமஸ்கிருத அறிஞரின் பாராட்டுதலையும் 'என்றென்றும் வாழ்ந்திருக்கக் கூடிய ஆன்மிக ஆற்றலை முறைப்படி எடுத்துக் கூறும் நூல்' என்று அல்டஸ் ஹக்ஸ்லீயின் (Aldous Huxley) போற்றுதலையும் இராதாகிருஷ்ணன் தன் முன்னுரையில் எடுத்துக் காட்டுகிறார். காலங்காலமாக இதற்கு உரை சொல்லி வந்தவர்கள் கீதையைப் பற்றிச் சொன்ன புகழுரைகளை இராதாகிருஷ்ணன் ஆங்காங்கே சுட்டிச் சொல்கிறார்: கீதை நுண்பொருட் கோட்பாடாகவும் (Metaphysics: brahmavidhya), அறநூலாகவும் (Ethics: Yogashastra) ஒருங்கே திகழ்கிறது; அது பண்டைய ஞானத்தை எடுத்துச் சொல்கிறது (Prajna purank). குருட்சேத்திர யுத்தத்தின் போது, அக்காலத்தில் வழக்கிலிருந்த பல்வேறு தத்துவ அமைப்புகளைக் கீதை கனிச்சாறாகப் பிழிந்து தருகிறது. "வேதகால பலி வழிபாடு, அறிவுநிலை கடந்த 'பிரம்மனைப் பற்றிய உபநிடதங்களின் கருத்துகள், பாகவதக் கோட்பாடு, உயிர்களிடத்தில் செலுத்துகின்ற அன்பும் இரக்கமும் சாஸ்தியர்களின் இருமைக் கொள்கை, யோகநிலை'" போன்று பல வழக்காறுகளைக் கீதை விளக்கிச் சொல்கிறது.

எந்தச் சூழ்நிலையில் கீதை எழுதப்பட்டது என்பதை விளக்குவதற்கு, இராதாகிருஷ்ணன், கார்யே, ஃபர்குஹர், ஹாப்பின்ஸ், ஹாஸ்மென், கீத், பார்னெட்டர், ரூடால்ஃப் ஆட்டோ, குராடர் (Carbe, Farguhar, Hopkins, Holtzmann, Keith, Barnetter, Rudoff Otto and Scurader) ஆகிய மேலை நாட்டு அறிஞர்களின் கருத்துகளை எடுத்துக்காட்டுகிறார். கீதையை மொழிபெயர்ப்பதற்கும், அதற்கு உரை சொல்வதற்கும் சங்கரரது கருத்துகளை இராதாகிருஷ்ணன் துணையாகக் கொண்டுள்ளார். கீதைக்கு முன்னுரை எழுதும்போது, பண்டைய உரைகாரர்களது கருத்துகளை இராதாகிருஷ்ணன் ஆங்காங்கே எடுத்துக் காட்டுகிறார். எனவே, காலங்காலமாகக் கீதையைப் பற்றி இந்தியர்கள் கருதி வந்த மரபு ரீதியான எண்ணங்களை இதன் மூலம் நாம் தெரிந்து கொள்ள முடிகிறது. சான்றாக, 'உச்ச உயர்நிலையை எவராலும் அறிந்து கொள்ள முடியாது' என்று உபநிடதங்கள் சொல்வதை ஏற்றுக் கொள்ளும் அதே சமயத்தில், 'சில உபாயங்களின் வழி உச்ச உயர் நிலையை உணர்ந்து கொள்ள இயலும்' என்று கீதை சொல்கிறது.

> "உச்ச உயர்நிலை என்பதை மக்களுக்கு அணுக்கத் தொடர்புள்ள ஒரு இறை வடிவாகக் கீதை காண்கிறது. அந்த இறைவனே தன்னுடைய இயல்பினால் (Prakriti) நாம் உணர்ந்து அனுபவிக்கக் கூடிய இந்த உலகத்தைப் படைத்துள்ளான். அவன் ஒவ்வொரு

உயிரின் இதயத்தினுள்ளும் உறைகின்றான்; அவனே அனைத்தையும் அனுபவிக்கிறான்; அனைத்தையும் ஏற்றுக் கொள்கிறான்; நம்முடைய வேண்டுதல்களுக்கு அருளுகிறான். அவனே வாழ்க்கை நியதிகளை-ஒழுங்குகளைத் தோற்றுவித்து நிலை நிறுத்துகின்றான். நாம் வழிபடும்போது அவன் நம்முன் நுழைந்து, நம்மில் ஒருவராக ஆகின்றான்; நம் வேண்டுதல்களை நிறைவேற்றுகின்றான்.''

இங்கு ஒரு கேள்வி எழுவது இயற்கை. 'இந்து சமயக் கடவுள்களுள் ஏன் விஷ்ணு மட்டும் அனைவரினும் உயர்ந்த உயர்நிலைக் கடவுளாகப் போற்றப்படுகிறார்?' இதற்கு விளக்கமளிப்பதற்காக 'விஷ்ணு' என்ற சொல்லை இராதாகிருஷ்ணன் ஆராய முற்படுகிறார். விஷ்ணு என்பதிலுள்ள 'விஷ்' (Vis) என்பது 'வசி', 'ஊடுருவிப் பரவு' என்று பொருள்படும் சொல்லாகும். விஷ்ணு, எல்லோர் மனங்களிலும் ஊடுருவிப் பரவும் கடவுளாவார். இது தொடர்பாக தைத்ரேய விஷ்ணுவைப் பற்றிச் சொல்லப்படும் கருத்துகளாவன: "நாராயணனுக்கு நாங்கள் வணக்கம் செலுத்துகின்றோம்; வாசுதேவனை நாங்கள் தியானம் செய்கின்றோம். எங்களது இச்செயல்களுக்கு விஷ்ணு துணையிருப்பாராக. சாந்தோக்கிய உபநிடதத்திலும் மகாபாரதத்திலும் இடம்பெறும் கண்ணனின் வரலாறு பற்றிய குறிப்புகளையும் இராதாகிருஷ்ணன் விட்டுவிடவில்லை. வாசுதேவ கிருஷ்ணன், இந்திய வரலாற்றில் மீண்டும் மீண்டும் பேசப்படுகின்ற குறியீடாகும். உச்ச உயர் நிலைக் கடவுளோடு வரலாற்று மாந்தர்களும் கீதையில் இணைத்துப் பேசப் படுகின்றனர். உலகந் தழுவிய ஆன்மாவான கடவுளோடு, ஆன்ம விழிப்புணர்ச்சி பெற்ற உயிர்கள் ஒன்று கலந்து நிற்பதற்கு இது நல்லதொரு சான்றாகத் திகழ்கிறது என்று இராதா கிருஷ்ணன் குறிப்பிடுகிறார்.''

மகாபாரதத்தில் இடம்பெறுகின்ற யுத்தகளத்தில் பேசப்படும் வரலாற்று நாயகனான கிருஷ்ணன், அழியாத் தன்மை பெற்றவனாகத் தன்னைக் குறிப்பிடுகின்றான். இப்படிக் கூறுவதற்கான உரிமை கிருஷ்ணனுக்கு உண்டு என்பதைப் பின்வரும் பகுதியின் வாயிலாக இராதாகிருஷ்ணன் மெய்ப்பித்துக் காட்டுகிறார்:

"தெய்வத் தன்மை தனக்கு இருப்பதாகக் கீதையில் கிருஷ்ணன் கூறிக் கொள்வது, ஆன்ம பரிபக்குவத்தை நாடுகின்ற அனைத்து உயிர்க்கும் பொருந்தும். மகாபாரதப் போரிலே, கிருஷ்ணன் தன்னுடைய நண்பனும் சீடனுமாக இருக்கின்ற அர்ஜுனனிடம் கூறுவது போல, கிருஷ்ணன் ஒரு காலத்தில் மண்ணுலகில் வாழ்ந்து, இப்போது அதை விட்டு நீங்கிய நாயகன் அல்லன்.

அவன் எங்கும் எப்போதும் எல்லோரிடத்திலும் இருப்பவன்; முன்பு எப்படி எல்லோரிடமும் பேசினானோ, அது போலவே இன்றும் நம் எல்லோரிடத்திலும் பேசவல்லவன்; அவன் எப்பொழுதோ இருந்து மறைந்துவிட்ட தலைவன் அல்லன்; எப்போதும் நம் உள்ளத்துள் உறைந்திருப்பவன்; நம் வீடுபேற்றுக்குத் துணை செய்பவன்."

கிருஷ்ணனைப் பற்றி இராதாகிருஷ்ணன் கொண்டிருந்த இத்தகு நோக்கு, அவதாரங்கள் பற்றிய சிந்தனைக்கு விளக்கமாக அமைந்தது. எங்கு நோக்கிலும் எதை? ஏன்? எப்படி? எதற்கு? என்று வினாத் தொடுக்கின்ற ஐயுறவுக் கருத்துகள் பரவியுள்ள இந்தக் காலத்தில், அவதாரக் கோட்பாடு நம்பிக்கையிழந்து போகிறது. இந்தச் சூழ்நிலையில் எப்படிக் கடந்தகால நம்பிக்கைகளை-அவதாரங்களை விளக்க முடியும்? இதற்கு நம்பிக்கையூட்டுகின்ற வகையில் மெய்யானதொரு வழியைக் காட்டுகிறார் இராதாகிருஷ்ணன்:

"புலன்களால் அறியக்கூடிய உலகத்து இயக்கமும் கட்புலன்களுக்கு அறியமாட்டாத இயக்கமும் உச்ச உயர்நிலை ஆற்றலின் அளவுகளை வெளிப்படுத்துவதற்காக நாம் பயன்படுத்தும் அளவீடுகளாகும். இவ்வாறு அளவீடுகளில் வேறுபாடுகள் இருந்தாலும் எவற்றில் பெருமையும் அழகும் ஆற்றலும் உளதோ, அவற்றிலேயே கடவுளின் ஆற்றல் அதிகம் பொதிந்துள்ளது என்று கருதலாம். பக்குவப்பட்ட ஒருவர், ஆன்மிக ஆற்றலைத் தனக்குள் வளர்த்துக் கொள்வாராயின், அவருள் கருணையும் ஒளியும் தோன்றுகிறது. உலக உயிர்கட்கு ஆன்மிக விடுதலையும் வீடு பேறும் அளிக்கவல்ல ஆற்றல் அவருள் உருவாகிறது. அவர் வாயிலாக, உலகத்தின் நலன்கள் காக்கப்படு கின்றன; தீமைகள் அழிக்கப்படுகின்றன. இதனால் நேர்மைத்திறம் உலகில் பொழிகிறது... மனிதரின் ஆன்மிக வெளிப்பாடும் மறைந்துள்ள தெய்வீகத் தன்மையும் அவதாரங்களின் வாயிலாக வெளிப்படுகின்றன. கடவுளின் விரிந்து பரந்த ஆற்றலை மனிதத் தன்மைக்குச் சுருக்கிக் கடவுளை மனிதராக்குவது என்பது மிகக் கடினம். ஆனால், மனிதனின் மிகச் சுருங்கிய எளிய இயல்பினைக் கடவுளுக்கு ஏற்றி, கடவுளரை மனித அவதாரங்களாக்குவது எளிது. எனவேதான், பண்டைக் காலந்தொட்டு நம் இந்திய மண்ணில் அவதாரங்கள் என்பவை நம்புதற்குரியவையாகவும் மெய்யானதாகவும் கருதப்பட்டு வருகின்றன."

உச்ச உயர்நிலை, மனித உடலின் உட்புகுந்து ஒளியேற்றி உயர்த்துவதையே இராதாகிருஷ்ணன் 'அவதாரம்' என்கிறார். இதனால் "மனித உயிர், உயர்வடைந்து பிறவாத்தன்மை கொண்ட முழு முதலை உணர்ந்துகொள்கிறது." கடவுள் மனித உயிர்க்குள் உறைவதை மிக விரும்பி, நம் மனதில் குடியேறி, நம்முடைய இலட்சியங்கள் நிறைவேறுவதற்குப் பெருந்துணை புரிகிறார். நாம் உண்மையாகவும் நேர்மையாகவும் நம்பிக்கையாகவும் இருந்தால், நம்மை வழிநடத்திச் செல்வதற்கு இறைவன் தயங்குவதில்லை. 'மாயை'யைப் பொய்த் தோற்றமாகக் கருதக் கூடாது என்று இராதாகிருஷ்ணன் சொல்கிறார். மாயை என்பது ஒரு மருட்சி என்பது அவர் கருத்து:

> "உலகம் என்பது, பலரும் சொல்வதைப் போன்று, பொய்த் தோற்றம் கொண்டதன்று; கடவுளின் ஆற்றலுக்குத் தொடர்பில்லாமல், இயற்கையின் இயங்காற்றலுக்குக் கட்டுப்பட்டு, உலகம் இயங்குகிறது என்று நாம் சொல்லி வருகிறோம். இதனால் இறைத் தன்மையின் இன்றியமையாமையை நாம் உணரத் தவறிவிட்டோம். இதனால் உலகம் என்பது மாயை என்ற முடிவுக்கு நாம் வந்துவிட்டோம்."

அர்த்தமுள்ள, பொறுப்புணர்ச்சி மிக்க வாழ்கையை இன்றைய மனிதன் வாழ்வதற்குக் கற்றுத் தருவதற்காகத்தான் நமது பண்டைய புனித நூல்களுக்கு விளக்கங்களைத் தந்து வருகின்றோம். இதிலிருந்து விலகியவர்களும் விடுபட்டவர்களும் தாங்கள் எப்படிப்பட்ட வாழ்க்கையை வாழ்கிறோம் என்பதை உணர்வார்கள். ஆனால், வழிகாட்ட ஒருவன் இன்றி இவர்கள் வாழ்க்கை பயனற்றதாகவே முடியும். தன்னுடைய ஆளுமையின் மீது நம்பிக்கை இன்மையே இக்கால மனிதரிடம் உள்ள தலையாய சிக்கல் என்று இராதாகிருஷ்ணன் கருதுகிறார். இதற்கு முக்கியக் காரணம், அவர்களால் ஆன்மாவையும் ஆன்மா உறைவதற்கிடமான உடலையும் ஒன்றற்கொன்று இயைபாக வைத்துக் கொள்ள இயலவில்லை என்று அவர் குறிப்பிடுகிறார். அவர் கருத்துப்படி ஆன்மாவையும் உடலையும் கீதை உயர் ஆற்றலின் இரு கூறுகளாகக் கருதுகிறது. ஆன்மாவை நிலை நிறுத்துவதற்காக உடலை அழிக்க வேண்டியதில்லை என்கிறார்.

கீதையில் விளக்கப்பட்டுள்ள அறிவைத் தேடும் வழிகளையும் வழிபாட்டுக்குரிய வழிகளையும் இராதாகிருஷ்ணன் தெளிவாக விளக்கியுள்ளார். ஏனெனில், அவர் இந்த விளக்கத்தைக் குருட்சேத்திர யுத்த களத்தின் சூழலுக்கேற்பத் தருகிறார். கிருஷ்ணன் அர்ஜுனனுக்குத் தருகின்ற அறிவுரைகளில் விளக்கவியலாத நுண்பொருட்கூறுகள்

இருப்பினும், சோர்வடைந்திருந்த அர்ஜுனன் உள்ளத்தை அது கிளர்ந்தெழச் செய்தது; சிக்கல்களைக் களைந்து வழிகாட்டியது. கிருஷ்ணன் எனும் வழிகாட்டி, உலகைப் பொய்த்தோற்றம் என்று சொல்லி முற்றிலுமாக ஒதுக்கிடவில்லை; கொடியவற்றை அழிப்பதில் தயங்கக் கூடாது என்று அறிவுரை ஊட்டினான்:

> "என்றும் அழியாத ஆன்மா என்ற நங்கூரத்தைப் பற்றி மனிதரின் வாழ்வு உயர்நிலையடைய வேண்டும் என்று கிருஷ்ணன் உபதேசம் செய்கிறான். எனவே, கீதையென்பது தீமைகளைக் களைவதற்கான ஓர் ஆணை என்று நாம் கொள்ள வேண்டும். சமுதாயத்தில் ஓர் அங்கம் என்று மட்டுமல்லாமல், ஆன்மிக நாட்டமுடைய ஓர் உயிர் என்ற நிலையில் மனிதன் என்ன செய்ய வேண்டும் என்பதைக் கீதை சொல்கிறது. அறநெறிப்பட்ட வாழ்விற்குத் துறவறத்தை ஏற்றுக் கொள்ளுகிற அதே சமயத்தில், உயிர்களிடத்துக் கருணை கொள்வதையும் கீதை அறவாழ்விற்குரியதாக ஏற்றுக் கொள்கிறது."

'இந்த உலகத்தில் வாழ்ந்து அதை மேம்படுத்துங்கள்' என்று கீதை உணர்த்துவதாகச் சமகாலச் சிந்தனைகளுக்கேற்ப இராதாகிருஷ்ணன் நமக்கு நம்பிக்கையூட்டுகிறார். கொடுமையை அழிக்க வேண்டுமென்றால் அதற்காகத் தயங்கக் கூடாது எனும் கீதையின் அறிவுரை, தற்காலச் சூழலுக்குப் பெரிதும் பொருந்தி வருவதாக அவர் கூறுகிறார். உயர் வெழுச்சி மிகவும் விரும்பப்படுகின்ற இக்காலச் சூழ்நிலையில், இப்படிப்பட்ட செயல்களைச் செய்யாமல் இருக்க முடியாது என்று அவர் கருகிறார். விளைவுகளைப் பற்றிக் கவலைப்படாமலும் கடவுளிடமே அனைத்தையும் ஒப்படைத்துவிடும் மனப்பான்மையுடனும் வாழ்பவர்கள் என்றும் சன்னியாசியாக வாழத் தகுதிபெற்றவர்களாவர். சங்கரர்கூட இதுபோன்று துறவு வாழ்க்கையிலும் உலக வாழ்க்கையிலும் முரண்பாடு கொண்டதில்லை.

வாழ்க்கையின் குறிக்கோள் என்ன? இராதாகிருஷ்ணன் இந்தக் கேள்வியை எதிர்காலத்தின் முடிவுக்கே விட்டுவிடுகிறார். முற்றும் துறந்த நிலையான 'ஆனந்த மயச் சிந்தனை'யே வாழ்வின் குறிக்கோளாக இருக்கும் என்பதை அவர் ஏற்றுக் கொள்ளவில்லை. ஒருவேளை இந்தப் பரிணாமத்தின் அடுத்த கட்ட வளர்ச்சியாகக்கூட இது இருக்கலாம். யார் அறிவார்?

> "இந்தப் பிரபஞ்சம் உற்பத்தியானதன் நோக்கம் நிறைவேறியவுடன், கடவுளின் அருளாட்சி நிலைநாட்டப்பட்டதும் வானுலகம் போலவே நிலவுலகமும் மாறியதும் ஆன்மிக ஞானத்தை அனைத்து

உயிர்களும் எய்தியதும் இறந்தும் பிறந்தும் வரும் உயிர்களைக் காட்டிலும் உயர்நிலை எய்தியதும்-இந்தப் பிரபஞ்சத்தின் போக்கு வெளிப்படையாக உணரமுடியாத அளவிற்கு மேம்பாடடையும்.''

இராதாகிருஷ்ணனுடைய கீதை விளக்கவுரை வெளிவந்து நாற்பதாண்டுகட்கு மேலாகிவிட்டது. ஆயினும், இன்றும் நுழைபுலம் மிக்கோர்க்கு விருந்தாக அது திகழ்கிறது. ஆற்றல்மிகு மொழிபெயர்ப்பு, மேலைநாட்டுத் தத்துவ அறிஞர்களின் கருத்துகளையும் கூற்றுகளையும் ஆங்காங்கே தந்து செல்வது ஆகிய தன்மைகளே இராதாகிருஷ்ணனின் கீதை மொழிபெயர்ப்பு, இன்றும் சிறந்து விளங்கக் காரணங்கள் எனலாம். உலகத்தின் பல்வேறு நாட்டறிஞர்கள் கூறிய கருத்துகளும் கீதை மொழி பெயர்ப்பில் இராதாகிருஷ்ணன் தரும் விளக்கங்களும் பெரும்பாலும் ஒத்திருப்பது வியப்பைத் தருகிறது. சான்றாக, கீதை விளக்கத்தின் இரண்டாவது அத்தியாயத்திலுள்ள பதினோராவது பாடலைக் கூறலாம். இப்பாடலுக்கு விளக்கம் தரும் இராதாகிருஷ்ணன், போரின் கொடுமையை ஒரு மேடைநாடகமாகக் கருதும் புளூட்டோனியஸ் கூற்றை எடுத்துக் காட்டுகிறார்:

''மாறி மாறி வருகின்ற வாழ்க்கை எனும் விதியின் கைப் பாவையாக இயங்குகின்ற மனிதன், இரட்டை வேடக்காரனாகத் தோற்றமளிக்கிறான். துன்பங்களைக் கண்டு அவன் அழுகின்றான். அழுகின்றவன், நாம் வெளியே காணும் உண்மையான மனிதன் அல்லன்; உள்ளிருக்கும் ஆன்மாவே அழுகிறது. எனவே, ஆன்மாவுக்காக உடலைப் போர்த்தியிருக்கும் புறமனிதன் அழுது நடிக்கிறான்.''

கீதையை, 'இறைமை சார்ந்த மறைமொழி' என்று மக்கள் புறக்கணித்துவிடக்கூடாது என்பதில் இராதாகிருஷ்ணன் மிகக் கவனமாக இருந்தார். இதுபோன்று, தவறாகக் கருதக்கூடிய பல பகுதிகள் கீதையில் உள்ளன. சான்றாக, கிருஷ்ணன் வானுறை தெய்வமாக மாறி விஸ்வரூப தரிசனம் தரும் பகுதியைச் சுட்டலாம். அதிசயிக்கத்தக்க இந்த நிகழ்ச்சியைக் கீதை சுவைபட வருணிக்கிறது. இருப்பினும், இராதாகிருஷ்ணன் இந்நிகழ்ச்சியின் குறிப்பினை நயமாகச் சுட்டுகிறார்; ''இந்தக் காட்சி, புராண நிகழ்ச்சியன்று; இஃதோர் ஆன்மிக அனுபவம்'' என்று அவர் கூறுகிறார். தெய்விகத் தோற்றத்தை இவ்வாறு புராணக் காட்சியன்று என்று விளக்கந் தந்ததை மேலைநாட்டு வாசகர்கள் ஏற்றுக் கொள்வார்களா என்பதைப் பற்றி இராதாகிருஷ்ணன் கவலைப்பட வில்லை. ஏனெனில், இராதாகிருஷ்ணன் மேலைநாட்டுத் தத்துவங்களை விளக்கியுரைக்கும்போது, இயேசுநாதரின் திருவுருமாற்றம், டமாங்கஸ் சாலையில் 'சாலி'னுடைய (Saul) காட்சி, 'இந்தக் குறியை

அடிப்படையாகக் கொண்டு வெல்லுங்கள்' என்று சிலுவையில் பொறித்ததைக் கான்ஸ்டடைன் கண்ணுற்ற காட்சி, ஜோன் ஆஃப் ஆர்கின் கனவு - இவை எல்லாமே கண்ணனது தெய்வீக வடிவை அர்ஜுனன் கண்டுணர்ந்த அனுபவத்தோடு ஒன்றியவையாகும்'' என்று குறிப்பிட்டுள்ளார்.

இந்தக் காட்சியனுபவத்தை மெய்யுணர்வு அனுபவத்தோடு இராதாகிருஷ்ணன் ஒப்பிட்டுக் காட்டுகிறார். இதுபோன்ற அனுபவங்கள் உயிர் உயர்நிலையடைவதற்கு வாயில்களே தவிர, இவையே இலட்சியங்களாகா என்று அவர் குறிப்பிடுகிறார். இவ்வனுபவங்கள் உறுதியான நம்பிக்கையை நம்முள் வளர்த்து நம் ஆளுமையை உயர்த்துகின்றன. இவ்வாறு நம்பிக்கையை வளர்ப்பதும் ஆளுமையை உயர்த்துவதும் ஆகிய செயல்கள் உச்ச உயர் நிலையை நாம் சரணடைவதற்காகவே நம்முள் நிகழ்கின்றன. இராதாகிருஷ்ணன் சரம ஸ்லோகத்திற்குத் (Sarama Sloka) தரும் விளக்கம் சிறப்பான கவனத்திற்குரியது. ஏனெனில், இதன் விளக்கம் நமக்கு இரக்கக் கோட்பாட்டினை வலியுறுத்துகிறது. தனக்கு அப்பாலுள்ள (அதனைக் கருணை என்றும் சொல்லலாம்; உள்ளுணர்வு என்றும் சொல்லலாம்) ஆற்றலின் துணையின்றி மனிதர்கள் முழுநிறைவு பெற இயலாது. வெறும் அறிவினால் மட்டுமோ அல்லது செயல்களால் மட்டுமோ ஒருவன் முழு நிறைவை எய்திவிட இயலாது:

> ''நம்மை முழு நிறைவுள்ளவர்களாக ஆக்கவல்லது எல்லாம் வல்ல உச்ச உயர் ஆற்றலே. உச்ச உயர் ஆற்றலுக்கு நாம் நம்மை முழுமையாகத் தந்துவிட்டால் நாம் உயர்வெய்திவிட இயலும். இந்த உலகத்தையும் மக்களையும் தான் விதித்தபடியும் விரும்பிய படியும் கடவுள் இயக்கினாலும், நாம் அவனைச் சரணடைந்தால் இவற்றையெல்லாம் கடந்து இறைவனடியை நாம் எய்திட இயலும். தான் விரித்த வலையில் தானே வீழ்ந்து அகப்பட்டுத் துயருறும் உயிர், தானாகவே அதிலிருந்து மீண்டு வருவதென்பது இயலாது. அதை மீட்பதற்குப் புற ஆற்றல் ஒன்று தேவைப்படுகிறது. நாம் கடவுள் மீது நம்பிக்கை கொண்டு காத்திருந்தால் கடவுளின் அருள் விரைவில் கூடி வந்து நமக்கு உதவி செய்யும்.''

தன்னுடைய கருத்தை எளிமையாகவும் ஆதாரப் பூர்வமாகவும் விளக்குவதற்கு இராதாகிருஷ்ணன் இந்தியத் திருநூல்களிலிருந்து மட்டுமல்லாது, பிற அயல்நாட்டு அறிஞர் கூற்றுகள், மறை நூல் வாசகங்கள் (ஈவ்லின் அண்டஹில், பைபிள், வேர்ட்ஸ்வொர்த்) ஆகியவற்றையும் சான்றுகளாகக் கொள்கிறார். இதுபோன்று

அயற்சான்றுகளை அதிகமாகக் கையாளுவதால், இது 'மெய்பொருள் தொகுதியோ' என்ற மயக்கத்தை ஏற்படுத்துவது இயற்கை. இராதா கிருஷ்ணன் இலக்கியத்தை நயம்படச் சொல்லவல்லவர் என்பதால் எழுந்த குறையன்று இது. இந்து வேதாந்தம் என்பது விளக்குவதற்கரிதான அளவுக்குப் பரந்துபட்டுள்ளது. ஏற்கனவே இராதாகிருஷ்ணன் எழுதி வெளியிட்ட இந்தியத் தத்துவங்கள் எனும்நூலின் சரளமான நடையைச், சமயத் தத்துவங்களை விரித்துரைக்கும் நூலிலும், வாசகர்கள் எதிர்பார்த்தனர். ஆனால் சான்றுகள் நிறைந்த இந்நூல், எடுத்துக்கொண்ட பொருளை வெளிச்சம் போட்டுக் காட்டியது. அவருடைய எழுத்துகளில் திருமறை வாசகங்கள் உயிர் பெற்றன என்றே சொல்லலாம். திருமறை வாசகங்கள் விரித்துரைக்கும்போது அதில் தத்துவார்த்த தன்மை மேலெழுந்து நின்றாலும், மக்கள் வாழ்க்கையில் அவற்றை எப்படிப் பயன்கொள்ளச் செய்வது என்ற நோக்கமே விஞ்சியிருந்தது.

> "விடுநிலை பெற்ற ஆன்மாவும் புற உடலும் நம் மூதாதையர் வகுத்துச் சென்ற ஆன்ம நெறியில் வேரூன்றி நின்று ஜீவலோகத்தை அடைய முயற்சி செய்கின்றது. இத்தகு முயற்சியில் உயிர், உடல், மனம் என்ற மூன்றும் தனித்தனியாகப் பிரிந்து இயங்கினாலும், ஆன்மப் பொதுமையைக் கொண்டுள்ளது. இந்தச் சூழலில் உயிர் எந்தச் செயலில் இறங்கினாலும், அதனால் உச்ச உயர்நிலைக்கும் உயிருக்கும் உள்ள தொடர்பு பாதிக்கப்படுவதில்லை."

தெய்வப் பனுவல்களில் இவ்வாறு கூறப்பட்டுள்ளதை ஒருவர் பின்பற்றினால் அனைத்தும் கைவரப்பெறுகின்ற ஆளுமையை அவர் அடைய முடியம். இதனால் மனிதர்கள் தெய்வ நிலையடைய வாய்ப்பேற்படக்கூடும். இந்த உபாயத்தைக் கைக்கொண்டு அவர்கள் மண்ணுலகையும் விண்ணுலகாக மாற்றும் பேற்றினைக் கைவரப் பெறுவர். உயிர்கட்கு இதுவே உண்மையான விடுதலையாகும்:

> "ஆன்ம பரிபக்குவம் எய்திய ஒருவரது இயல்பு அனைத்தும் உலகப் பொது நோக்கு இயல்பாகவே மாறிவிடுகிறது. இத்தகு நோக்கு உள்ளொளியில் வார்க்கப்பட்டு, ஆன்ம ஒளியால் வளர்க்கப்படுகிறது. இதனால் உடல், உயிர், மனம் மூன்றும் மறைந்து போவதில்லை. மாறாக இவை மூன்றும் பரிசுத்தமாக்கப் படுகின்றன; உயர்நிலை அடைவதற்கான வாயில்களாக மாற்றப்படுகின்றன. இந்த நிலையில் தன்னைத் தானே மிகச் சிறந்த படைப்பாக ஆக்கிக் கொண்டவனாகிறான்; அவனுடைய ஆளுமை முழுமை பெறுகிறது; படைப்பின் நிறைவை எய்துகிறது;

> தூயதாகவும் கட்டுகளை விட்டகன்றதாகவும் ஆகிறது; சுமைகளற்ற மிதவை போல எளிமை பெறுகிறது. அவனுடைய செயல்களனைத்தும் உலகம் இன்புற்றிருப்பதைக் கருதியே நடைபெறுகின்றன. இவ்வாறு விடுதலை பெற்ற ஆன்மாக்கள் உலகத்து உயிர்களை இவ்வுலகத் துன்பங்களிலிருந்து மீட்கும் பொறுப்பை ஏற்றுக் கொள்கின்றன."

கீதையின் இத்தகு நோக்கத்தை இராதாகிருஷ்ணன் புத்தரிடம் காண்கிறார். புத்த சமயத்தைப் பற்றி 'இந்தியத் தத்துவங்கள்' என்ற நூலில் விரிவாக எழுதியது மட்டுமல்லாமல், பிரிட்டிஷ் கல்விக் கழகத்தில் தாம் ஆற்றிய உரையில் புத்தரைப் போற்றியுரைத்ததுடன், அம் மதத்தைப் பற்றி விரிவான குறிப்புகளைக் கொண்ட நூல் ஒன்று எழுதினார்.

தம்முடைய திறமைக்கு அறைகூவல் விடுக்கும் பிரம்ம சூத்திரங்கள், பகவத்கீதை, உபநிடதங்கள் ஆகியவற்றை விளக்குவதில் காலங்காலமாக இந்தியக் கல்வியாளர்கள் தம் ஆற்றலைக் காட்டிவந்தனர். இவ்வாறு நோக்கும்போது சங்கரர், இராமானுஜர், மத்துவர் ஆகிய மூவரும் நம் மனக் கண்முன் தோன்றுகின்றனர்.

நம்முடைய காலத்தில் மேற்சுட்டிய மூன்று பனுவல்களையும் விளக்கியுரைப்பதில் தலைமை சான்றவராக இராதாகிருஷ்ணன் விளங்கினார். அவருடைய 'இந்தியத் தத்துவங்கள்' என்ற நூலில் நூற்றியைம்பதுக்கும் மேற்பட்ட பக்கங்களில் உபநிடத விளக்கங்கள் காணப்படுகின்றன. 'முதன்மை உபநிடதங்கள்' (Principal Upanishads: 1953) எனும் நூலில் உபநிடதங்களின் துணையின்றி உலகப் பொது நோக்கை ஊட்டும் ஆன்மிகத்தை நாம் பெற முடியாது என்று உபநிடதங்களைப் போற்றுகிறார். இந்தியத் தத்துவங்கள் எனும் நூலில் உபநிடதங்களின் வரலாற்றைப் பற்றி இராதாகிருஷ்ணன் கவலைப்படவில்லை. ஏனெனில், உபநிடதங்களின் வரலாற்றைக் கூறுவதென்றால், கூடவே வேதங்களைப் பற்றியும் சொல்ல வேண்டியிருக்கும். இது மற்றொன்று விரித்தலாகப் போய்விடும். எனவே இராதாகிருஷ்ணன் உபநிடதங்களின் நுவல் பொருளிலேயே ஆழ்ந்த அக்கறை காட்டினார்:

> "சொற்கள், கருத்துகளைக் காட்டும்; ஆனால் மனநிலையை அவை வெளிப்படுத்தா. உபநிடதங்களில் சொல்லாடல்களின் இணக்கத்தை நாம் காண்கிறோம். அவை மனத்திற்குக் கிளர்ச்சியூட்டி நம் ஆன்மாவை எழுப்புகின்றன. உபநிடதங்களில் இருக்கின்ற ஒழுகிசையையும் செவிக்கினிமை நல்கும் தன்மையையும் உள்ளங்கவர் தன்மையையும் அப்படியே ஆங்கில மொழி

> பெயர்ப்பில் என்னால் தர இயலாமற் போய்விடுமோ என அஞ்சுகிறேன். கூடிய வரையில் மூலத்தை அப்படியே மொழி பெயர்த்துத் தருவதற்கே நான் முயன்றுள்ளேன். மூலத்தின் புனிதமான உச்சரிப்பையும் பத்திமைத் தன்மையையும் மொழி பெயர்ப்பில் காட்டியுள்ளேன்.''

இராதாகிருஷ்ணன் இதை மிக அடக்கத்துடன் கூறியிருக்கிறார் என்றே சொல்லலாம். ஏனென்றால் தான் விளக்க வந்த பொருளை அவர் மொழி வேறுபாடு தோன்றாதவாறு நன்கு விளக்கியுள்ளார். அவருடைய மொழி பெயர்ப்பில் குறை சொல்வற்கு ஒன்றும் இல்லை. விளக்குவதற்கரிய பகுதிகளைக் கூட தனக்குக் கைவரப் பெற்ற ஆங்கில நடையில் எளிதாகவும் புரியும்படியாகவும் மிக விரிவாகவும் விளக்கியுள்ளார். மேலை நாட்டு வாசகர்கள் இதை எளிதில் அறிந்துகொள்வதற்கு வாய்ப்பாக ஆங்காங்கே மேலை நாட்டுத் தத்துவ அறிஞர்கள் கூற்றையும் இராதாகிருஷ்ணன் ஒப்பீடு காட்டியுள்ளார். மாண்டுக்கிய உபநிடதத்தின் 11ஆவது சூத்திரத்தில் குறிக்கப்பட்டுள்ள பிரக்ஞை எனப்படும் கனவற்ற உறக்க நிலையை விளக்கும்போது இராதாகிருஷ்ணன் மேலை நாட்டு அறிஞர்களின் கருத்தைச் சுட்டுகிறார்:

> "உயிரும் உயிரற்றதும் ஆகிய இரு எதிரெதிர் நிலைகள் ஓர் உயிரோடு தோன்றிய இருமை நிலைகள் என்று மெய்ப்பொருள் விளக்குகிறது. இவ் விளக்கத்தின் அடிப்படையில் பார்மினைட்ஸ், பிளாட்டோ, ஹெகல் (Parminides, Plato, Hegel) ஆகியோரின் கருத்துகளை இந்த சூத்திரம் உறுதிப்படுத்துகிறது. உயிர்நிலை என்பது உயிரற்ற நிலைக்கு முந்தியது. இருப்பினும் உயிரற்ற நிலை அல்லாமல் உயிர் நிலையை உணரவியலாது. உயிர் என்பது உயிரற்ற நிலைக்கு எதிராக இருப்பதாலேயே அதை உணர முடிகிறது. ஆனால் உயிர்நிலை, உயிரற்ற நிலை என்ற எதிர் நிலைகளை நமக்கு உணரச் செய்வதற்கு ஒரு முதல் நிலை இருத்தல் வேண்டும். அதுவே இவை இரண்டையும் இணைக்கின்ற ஒருமை. இரண்டையும் ஒன்றாக இணைத்துக் காட்டும் இவ்வொருமைப் பண்பு அறிவின் எல்லைக்கு அப்பாற்பட்டது."

இதற்கு அடுத்த சூத்திரத்தின் விளக்கத்தில் லாசெ'யின் தாவோ தத்துவ விளக்கத்தையும் புளோடினஸின் ஈனிட் விளக்கத்தையும் (Lao Tze's Tao and Plotinus' Enneads) இராதாகிருஷ்ணன் தருகிறார். இந்தப் பரந்துப்பட்ட விளக்கங்களனைத்தும், இராதாகிருஷ்ணன் பல்வேறு சமயத் தத்துவங்களிலும் கொண்ட ஒப்புணர்வினைக் காட்டுகின்றன. இவற்றை

நோக்குமிடத்து இராதாகிருஷ்ணனின் கருத்துகள் உலகப் பொது மனிதனை நோக்கியவையாக அமைகின்றன. "உண்மை என்பது ஒன்றுதான். கற்றறிந்தோர் அதற்குப் பல பெயர்களை இட்டு அழைக்கின்றனர்" என்ற திருமறை வாசகம் இங்குக் குறிப்பிடத்தக்கது.

பகவத்கீதை, தம்மபதம், உபநிடதங்கள் மூன்றுமே உண்மையான வாழ்க்கைக் கதைகளைப் பின்னணியாகக் கொண்டவை போன்று தோன்றுகின்றன. இராதாகிருஷ்ணன் இவற்றையும் தன்னுடைய விளக்கத்தில் காட்டியுள்ளார். இவை மிக உயர்ந்த ஆன்மிக விழிப்புணர்ச்சிப் பனுவல்களாக மலர்ந்ததற்கு இத்தகு வாழ்க்கை அனுபவங்களும் காரணமாகின்றன. பகவத்கீதையில் குருட்சேத்திரப் போர் சொல்லப்படுகிறது; தம்மபதத்தில் புத்தர் மீட்சியடைந்த நிலை காட்டப்படுகிறது; உபநிடதத்தில் உத்தலக அருணிக்கும் வண்டியிழுக்கும் ரெய்க்வா என்பவனுக்கும் இடையிலான வாழ்க்கை பற்றிய விளக்கம் கூறப்படுகிறது. ஆனால் பிரம்ம சூத்திரத்தில் இதுபோன்ற வாழ்க்கை நிகழ்ச்சிகளைப் பற்றிய கதைகளைக் காண முடியாது. அதில் காணப்படும் 555 சூத்திரங்களும் கதைகளற்ற கருத்துக் கோவைகளாகவே உள்ளன. இதைப் பற்றி இராதாகிருஷ்ணன் இந்தியத் தத்துவங்கள் நூலில் பின்வருமாறு கருத்துரைத்துள்ளார்:

"இவை தெளிவான எந்த வரையறைக்குள்ளும் அடங்கவில்லை, சில பகுதிகளைப் பத்திமை ஒளியில் விளக்க இயலும்; சில பகுதிகளைப் புரிந்தும் புரியாத நிலையிலிருக்கும் பரம்பொருட் கொள்கையின் துணையோடு விளக்க இயலும்."

இந்தச் சிக்கல்களைக் களைந்து அரிய கருத்துகளைக் கூட எளிமையாகவும் தெளிவாகவும் விளக்கும் கலையை இராதாகிருஷ்ணன் அறிவார். 'பிரம்மசூத்திரம்: ஆன்மிக வாழ்வின் தத்துவம்' (The Brahma Sutra: The Philosophy of Spiritual Life. 1960) எனும் நூலுக்கு இராதாகிருஷ்ணன் அளித்த முன்னுரை மெய்ப்பொருள் வாதம் பற்றிய ஊகக் கருத்துகளை, அன்றாட வாழ்க்கை நிகழ்ச்சிகளோடு இணைத்துப் பார்க்கிறது. தத்துவம் என்பது அதிலும் குறிப்பாக இந்தியத் தத்துவம் என்பது அறிவுறுத்துவதற்கு மட்டும் உதவுவதன்று; அது வாழ்கையில் கடைப்பிடித்தொழுவதற்கும் உதவுவது என்று இராதாகிருஷ்ணன் கருதுகிறார்:

"இந்த நூல் அறிவு வேட்கையைத் தணித்துக் கொள்வதற்காக எழுதப்பட்ட நூலன்று. உயிர் நிலையான உந்துதல் சக்தியின் காரணமாகவும் வரலாற்றுச் சூழமைவின் நெருக்கடி காரணமா கவும் அது உருவானது. அச்சத்திலிருந்தும் கவலையிலிருந்தும்

இருளிலிருந்தும் வெளியேறுவதற்குரிய வழியைத் துழாவித் தேடுகின்ற மனித வரலாற்றின் நெருக்கடி மிகுந்த காலத்தின் மையத்தில் நாம் இப்போது இருக்கின்றோம். வழி தெரியாமல், புதிய வாழ்க்கையைத் தேடி அங்குமிங்கும் அலைகின்றோம்."

புதிய வாழ்க்கையைத் தொடங்குவதற்கு நாம் சமயங்களின் துணையையும் அறநூல்களின் உதவியையும் ஆன்மிகத்தின் ஆதரவையும் நாட வேண்டியுள்ளது. இவற்றின் களஞ்சியமாக இந்த உலகம் திகழ்கிறது. இவற்றுள் பெரும்பாலான கருத்துகள் வழக்கிழந்துவிட்டன; பயனற்றுப் போய்விட்டன. எனினும் நம் மூதாதையரின் பண்டைய சிந்தனைகளின் மூலாதாரமாக இவை விளங்குகின்றன; வளமான வருங்காலத்திற்கு நம்மை இட்டுச் செல்லும் வழிகாட்டிகளாகத் திகழ்வன. பகவத் கீதையோடும் உபநிடதங்களோடும் இணைந்து பிரம்ம சூத்திரங்கள் மெய்யான வாழ்க்கைத் தத்துவத்தை உருவாக்குவதற்கு இன்றியமையாத் துணைகளாக விளங்குகின்றன. "பண்டைய காலப் பனுவல்கள் என்ற அளவோடு இவை நின்றுவிடாது, இக்கால வாழ்விற்கும் பயனுடையனவாய் திகழ்கின்றன" என்கிறார் இராதாகிருஷ்ணன்.

பிரம்ம சூத்திரத்தில் விளக்கியுரைக்கப்பட்ட அண்டப் படைப்புக் கோட்பாடுகள் அனைத்துமே முக்கியமானவை என்று இராதாகிருஷ்ணன் கருதவில்லை. இக்கால அறிவியல், இக்கருத்துகளுள் பலவற்றைத் தகர்த்தெறிந்துவிட்டது. ஆனால் தத்துவங்களின் முற்றமுடிந்த முடிவைப் பற்றி பிரம்ம சூத்திரங்கள் முன்னமேயே சொல்லிவிட்ட கருத்தினையும் விளக்கங்களையும் காலமாற்றங்கள் மாற்றிவிடவில்லை. ஒருவரது வாழ்க்கையனுபவத்திலிருந்து நோக்கும்போது, பிரமன், முற்றமுடிந்த முடிவு போன்ற விளக்கந்தர முடியாத வினாக்களுக்கு இந்தச் சூத்திரங்கள் விடைகளைத் தரும் என நம்பலாம்.

வீறுணர்ச்சி பொங்கும் அமைதியுள்ளத்தோடு இராதாகிருஷ்ணன் பிரம்ம சூத்திரத்தின் தொடர்புகளை ஒவ்வொன்றாகக் கவனமுடன் எடுத்து விளக்குகிறார். அவ்வாறு விளக்கும்போது ஏற்கனவே பிரம்ம சூத்திரத்துக்குத் தரப்பட்ட (சங்கரர், ராமானுஜர், மத்வர், வல்லபர், ஸ்ரீபதி, விஞ்ஞான பிக்சு முதலிய ஆசாரியர்களது) விளக்கங்களை ஆங்காங்கே ஊடு இழை போலப் பின்னிப் பின்னித் தருகிறார். இவற்றோடு மேலைநாட்டுத் தத்துவ அறிஞர்களான பெர்க்சன், அலெக்சாண்டர் போன்றோரது கருத்துகளையும் ஒப்புமை காட்டுகிறார். இராதாகிருஷ்ணன் இவர்களுள் எவரையும் சார்ந்து கருத்துகளைச் சொல்லவில்லை. ஆனால் பரிணாமச் சுருள் வட்டத்தை நோக்கிச் செல்கிறோம் என்ற உணர்வினை இரண்டாம் சூத்திரத்தை (ஜன்மதே

அஸ்ய யதா) விளக்குவதன் வாயிலாக அறிகிறோம். இராதாகிருஷ்ணன் இதற்குத் தன் சிந்தனையில் தோன்றியவாறு விளக்கம் தந்தாலும், அந்த விளக்கம் நமக்கு ஆறுதல் தருவதாகவும் நம்பிக்கை யூட்டுவதாகவும் அமைகிறது:

"இந்த உலகம், மீண்டும் மீண்டும் பழைய சுழற்சிலேயே இயங்காது, ஒவ்வொரு முறையும் அது முழு நிறைவை எய்த முயற்சி செய்கிறது. உலகம் மாற்றமடையும்போது, நாம் அறிவுடையவர்களாக இருப்பின், அந்த மாற்றத்தை நாம் நன்முறையில் பயன்படுத்திக் கொள்ள வேண்டும். மாற்றத்தை நற்றிசையின்பால் நாம் ஊக்கினால், உலகம் நம்மைப் புரக்கும். எதிர்காலம் நம்மை வரவேற்கக் காத்திருக்கிறது. ஏதாவதொரு அழிவை நாம் சந்திக்க நேரும்போது நாம் துயரத்தில் ஆழ்கிறோம்; நம்பிக்கையிழக்கிறோம். 'மனமுறிவைத் தாங்கிக் கொள்ள இயலாத மனிதன் வாழத்தகுதியற்றவன்' என்று கதே சொல்லியிருக்கிறார். மனித இனம் கடைசியில் அழிந்துவிடுமோ என்று நாம் அஞ்சுகிறோம். மனித இனம் அழிந்தாலும் மீண்டும் குடும்பம் உருவாகும். இயற்கையாற்றலும் கடவுள் அருளும் ஒன்றாக இணைந்து நாம் அஞ்சுகின்ற இருளை ஓட்டி, புதிய யுகத்தின் விடியலைக் காட்டும்."

வேதப்பனுவல்களின் ஊற்றாக இருப்பவன் பிரமன் என்று சூத்திரங்கள் (சாஸ்திர - யோனித்வத்) சொல்லுகின்றன. வேதங்கள் என்பவை மனிதர்களால் சொல்லப்பட்டவையல்லவென்றும், அவை இறைவனால் முனிவர்களுக்குச் சொல்லப்பட்டவை என்றும் பண்டைக் காலந்தொட்டுக் கருதப்பட்டு வருகிறது. 'சாத்திரங்கள், என்பவை காப்பியங்களையும் புராணங்களையும் திருமறை வாசகங்களையும் குறிக்கும் என்று சங்கரர் கருதுகிறார். ஆனாலும் அறிவியற் சிந்தனை மீதூர்ந்து நிற்கும் இக்காலத்தில் இவை மனிதரால் செய்யப்பட்டவையல்ல என்று சொல்வது ஏற்புடையதாகாது. சாத்திரங்களின் நம்பகத் தன்மையை வினாத் தொடுக்கும் காலம் இது, திருமறை வாசகங்கள் இறைவனால் அருளப்பட்டவை என்று எவரேனும் சொன்னால் அதை நாம் சந்தேகப்பட வேண்டியுள்ளது. மாறியுள்ள காலச் சூழலுக்கு ஏற்ப, 'கடவுள் அருளிய பனுவல்கள்' என்று சொல்லப் படுவனவற்றை மறு ஆய்வு செய்து அவற்றை மறுக்கும் அறிவியல் கருத்துகளுக்குப் பதில் அளிப்பதற்கு நாம் தயங்குகிறோம். "இறைவன் அருளிய பனுவல்களுக்கு எதிர்க்கருத்தினை நல்கும் நவீன அறிவாற்றலையும் விமர்சனங்களையும் கண்டு அதிர்ந்து போனோர் விடாப்பிடியான மரபேற்புக் கோட்பாளர்களாக மாறிவிட்டார்கள். இதனால் இவர்கள் நவீன அறிவூற்றின் நன்மைகளால்

இப்பனுவல்களில் புதிய ஒளியை ஊட்டலாம் என்பதை மறந்துவிட்டார்கள். உணர்ச்சிகளுக்காட்பட்டு மரபுக் கருத்துகளுக்கு அடிபணிந்து விட்டார்கள்.''

''அறிவர்களின் தகுதியைப் படம் பிடித்துக் காட்டும் நேரடி அனுபங்களே திருமறை வாசகங்கள்'' என்று சங்கரர் சரியாகக் கணித்தார் என்று இராதாகிருஷ்ணன் கருதுகிறார். இறையனுபவத்தை வார்த்தைகளால் விளக்க இயலாது. அதே நேரத்தில் வேத அறிவர்கள் சொல்லும் இறையனுப விளக்கங்கள் இல்லாமல் அதனை நாம் உணர முடியாது. கூர்த்த அறிவுடையவர்கள் இறைவன் இயல்பினை பகுத்தாராய்ந்து அறிந்து கொள்வர். இவர்கள் இறைப்பனுவல்களின் அடியொற்றி இறைவன் உண்மையை உணர்ந்துள்ளனர்; அதே நேரத்தில் அறிவியல் நாட்டமும் கொண்டுள்ளனர். இந்த இரு பிரிவினர் பற்றியும் இராதாகிருஷ்ணன் பின்வருமாறு குறிப்பிடுகிறார்:

> ''நம்பிக்கை என்பது உள்ளத்தை அடிப்படையாகக் கொண்டது; அறிவியல் என்பது மனதை அடிப்படையாகக் கொண்டது. ஒரு நம்பிக்கை உள்ளத்திற்கு உண்மை என்று தோன்றுமானால் அதை உள்ளம் அப்படியே ஏற்றுக்கொள்கிறது. ஆனால் மனம் அறிவுக்கு உகந்ததை மட்டும் ஏற்கிறது. ஆனால் நம்பிக்கை என்பதற்கு மற்றொரு பொருளுமுண்டு. ஆதாரங்கள் இல்லாமலோ, அனுபவங்கள் இல்லாமலோ முழு முதலை அது ஏற்றுக் கொள்வதில்லை. மதி நுட்ப இசைவும் மனத்திட்ப ஆற்றலும் வாய்க்கப் பெற்ற முழுமை பெற்ற மனிதன் இதனைச் சோதித்தறி வதற்குத் தகுதி பெற்றவனாவான். நம்பிக்கையால் வளர்க்கப் பெற்ற மனிதர்கள் ஆற்றல் பெற்ற மனிதர்களாகக் கருதப்படுவர். இவர்கள் திருமறைகள் சொல்லும் பனுவல் கருத்துகளை உள்வாங்கி உணர்ந்து, அக்கருத்துகளைப் புதிதாக்கும் திறனுடையவராவார்கள். அவர்களது ஒவ்வொரு செயல்களிலும் இறைவன் ஒளியும் வாழ்வுமாக இருந்து வழிகாட்டுவான். இறைவனின் இந்த விந்தைமிகு ஆற்றலே நம்முடைய மிகப்பெரிதான ஆற்றலுக்குப் பக்கத் துணையாக இருக்கிறது. உள் நின்று நம்மை இயக்கும் இந்த ஆற்றலுக்கு இறைவன் என்று நாம் பெயரிட்டுள்ளோம். நம் உள் மனத்தை வார்த்தெடுத்து உருவாக்கும்போது அவ்வாற்றல் விளங்கித் தோன்றுகிறது.''

எதிர்காலம் பற்றியதொரு குறிப்பையும் சூத்திரங்கள் இராதாகிருஷ்ணனுக்குத் தருகின்றன. எல்லாக் கேள்விகளுக்குமே அறிவியலால் பதில் சொல்ல இயலாத பரிணாமத்தின் ஆரம்பக் காலகட்டத்தில் நாம் இருக்கிறோம். நீண்ட நெடுங்காலத்திற்கு முன்னர்,

பரிணாமத்தின் தலைவாயிலில் மனிதன் காலடி எடுத்து வைத்தபோது, தோன்றிய மெய்ப்பொருளின் இரு வேறுபட்ட முரண் நிலைகளைப் பதராயன முனிவர் தனது சூத்திரங்களில் எடுத்துக் காட்டுகிறார். அதே சூத்திரங்கள் பிளவுபட்டுள்ள இன்றைய நவீன யுகச் சிந்தனையாளர்களின் மனத்திலும் அதே சிந்தனையை ஏற்படுத்தியுள்ளன. இந்திய நாட்டில் தோன்றிய திருமறைகளை விளக்குவதற்கு இராதாகிருஷ்ணன் மரபு வழிப்பட்ட உரைகாரர்களது கருத்துகளை அப்படியே பின்பற்றவில்லை. மரபு விடாக் கொள்கையை ஒதுக்கித் தள்ளியுள்ளார்: அறிவுக்கு ஏற்புடைய விளக்கத்தையே தருகிறார். எதிர்காலச் சமுதாயத்தின் அடுத்தக் கட்டத்திற்கு நம்மை இட்டுச் செல்வதாக இது அமைகிறது. 'சமன்வய' (Samanvaya) அல்லது 'சமரசம்' என்பதே நமது அடுத்த கட்டத்தின் தேவையாகிறது. இந்த உலகில் மாற்றங்கள் அனைத்தும் மிக விரிவான அளவிலேயே நடைபெறுகின்றன. உலகின் ஒரு முனையில் ஏற்படும் பாதிப்பு, அடுத்த முனையை உடனே தாக்குகிறது. இவை மனித சமுதாயத்திலும் புதிய புதிய மாற்றங்களை உடனுக்குடன் ஏற்படுத்துகின்றன. நாம் வாழும் சமுதாயம் மேலும் தளராது தொடர்ந்து வாழ வேண்டுமானால் நம்முடைய கருத்துகளை ஒன்றாக்குவதன் வாயிலாகவே இயலும். அரசியல் பொருளாதார அமைப்புகளுக்கு அப்பாற்பட்டு ஆன்மிகம் பற்றிய வாதங்களை அணுக வேண்டும். புதுப்பிக்கப்பட்ட விழிப்புணர்வோடு தன்னால் உருவாக்கப்பட்ட கருத்துகளையும் கொள்கைகளையும் மனித சமுதாயத்தின் மேம்பாட்டிற்குப் பயன்படுத்தவல்ல புதிய மனிதனை நாம் உருவாக்க வேண்டும்.

* * *

6. சமயங்களின் பொருள் விளக்குநர்

மரபு வழாத குடும்பத்தில் பிறந்ததால், இராதாகிருஷ்ணனுக்குச் சமயம் சார்ந்த வாழ்க்கையென்பது குழந்தைப் பருவந்தொட்டே இயல்பாக வாய்த்தது. பள்ளிப் பருவத்தின்போதே, கிறித்தவ சமயத்தோடு முரண்பட்டதை இவர் சார்ந்து நின்ற நெறிக்கு ஏற்பட்ட சவாலாகவே கொள்ளலாம். ஆனால் தான் சார்ந்த நெறியில் இவர் உறுதியாக நின்றார். அதன்பின் இப்படிப்பட்ட சோதனைகள் எழவில்லை. விளக்குவதற்கரிய மறை பொருட் கருத்துகள் பொதிந்த இந்து சமயத்திலேயே முழுக்க நழுவி விழுந்துவிடாமலும் உள்ளத்தைக் கவரும் மிஷினரி பாணியிலான கிறித்தவ சமயத்தின்பால் சரணடைந்துவிடாமலும் இரண்டின் எல்லையையும் கடந்து கீழ்த்திசைச் சமயங்களையும் மேற்றிசைச் சமயங்களையும் இணைத்துத் தற்கால மனிதருக்குக் கருத்துகளை நல்கும் சீரிய அறிஞராக இராதாகிருஷ்ணன் திகழ்ந்தார். அவரது அகராதியில் மதவெறி என்பதே இல்லை. அவர் முழுக்க முழுக்க இந்துவாக இருந்தாலும் சங்கரரின்பால் பெருமதிப்புக் கொண்டிருந்தாலும் அனைத்துலகச் சமயக் கருத்துகளை எடுத்துரைப்பவராக அவர் திகழ்ந்தார். குழந்தைப் பருவந்தொட்டே இந்துத்துவத்தின் மையக் கருத்து அவருள்ளத்தில் சுடரொளியை ஏற்றியதே இதற்குக் காரணம் எனலாம். இது பற்றி இராதாகிருஷ்ணன்:

"ஒவ்வொரு மனிதரின் உள்ளமும் புனிதமென்று கருதுவதற்கு எதிராக வெறுப்பை நான் உமிழுமாறோ, இழிவான சொற்களைப் பயன்படுத்துமாறோ என்னுடைய சமய உணர்வுகள் இடந்தந்ததில்லை. இவ்வாறு பிற சமயப் பிரிவுகளுக்கு மதிப்பளிக்கும் உணர்வையும் ஆன்மிகம் சார்ந்த அடிப்படையான உணர்வுகளைப் போற்றும் பக்குவத்தையும் இந்துப் பாரம்பரியம் ஒவ்வொரு மனிதனின் எலும்பு மச்சைக்குள்ளும் ஊட்டியுள்ளது. சமயப் பொறை உணர்வு இந்தியப் பண்பாட்டின் தொடக்கக் காலத்திலிருந்தே இடம்பெற்று வந்துள்ளது. 'எந்தவொரு கடவுளைத் தொழுதாலும் அவர்கள் அனைத்தும் கடந்த ஒரு முழுமுதலையே தொழுவதாகக் கருதப்படுவார்கள்' என்று பகவத்கீதை சொல்கிறது. இறைவனை முழுவதுமாக உணர்வதே சமயத்தின் எல்லையாகக் கருதப்படுகிறது."

அனைத்துச் சமயங்களையும் சமமாக அணுகி, அறிந்து மகிழும் சமயப் பொது நோக்கு இராதாகிருஷ்ணன் உள்ளத்தில் ஆழப்பதிந்திருந்தது. பிற சமயங்களை வெறுப்புணர்ச்சியுடன் விமர்சிப்பதை அவர் விரும்பவில்லை; இந்து சமயத்தைக் குறுகிய நோக்கோடு விமர்சிப்பதையும் அவர் ஏற்றுக் கொள்ளவில்லை. இவ்வாறு இராதா கிருஷ்ணனது எண்ணங்கள் விரிவானதற்கு அவரது ஆசிரியர் ஏ.ஜி.ஹோக்

ஒருவகையில் காரணமாயினார் என்று சொல்லலாம். சென்னைக் கிறித்தவக் கல்லூரியில் ஏ.ஜி.ஹோக் முதுகலை வகுப்பின் போது நடத்திய அறிவியற் பாடங்கள், தான் சார்ந்த இந்து சமயத்தை அகலமாகவும் ஆழமாகவும் ஆராய்ந்து பார்ப்பதற்கு இராதாகிருஷ்ணனைத் தூண்டின எனலாம். தனது நாட்டை அரசியற் பிணியில் ஆழ்த்தியது சமயமன்று என்பதை அவர் உறுதியாக அறிந்திருந்தார். பார்னெட் எழுதிய 'இந்துத்துவம்' (Barnett's Hinduism) வில்பார்னிட்சு எழுதிய பகவத்கீதைக் கட்டுரைகள் (Wilbernitz's Bhagavad Gita) வேதாந்தங்கள் பற்றி சுவாமி அபேதானந்தா ஆற்றிய உரைகள் ஆகியவை, வேதாந்தம் சார்ந்த தம்முடைய சமயத்தின் உறுதிப்பாட்டை இராதாகிருஷ்ணன் அறிந்து கொள்ளவும் அமைதி கொள்ளவும் வாயில்களாயின. இதனடிப்படையில் தான் தன்னுடைய முதுகலை ஆய்விற்கு 'வேதாந்தங்கள் கூறும் அறமும் அதன் மெய்விளக்க முற்கோளும்' (Ethics of Vedanta and Its Metaphysical Presuppositions) என்ற தலைப்பை அவர் தேர்ந்தெடுத்தார். இது போன்றதொரு தலைப்பைத் தேர்ந்தெடுத்தாலேயே இராதாகிருஷ்ணனுக்கு முதல் வகுப்பிற்குரிய தகுதியைப் பெற்றுத் தந்திருக்கலாம் என்று சர்வபள்ளி கோபால் குறிப்பிடுகிறார். ஆனால் டாக்டர் கோபால், கிறித்தவக் கல்லூரிப் பேராசிரியராகத் திகழ்ந்த வில்லியம் மெஸ்டன் (William Meston) என்பாரது கருத்தையும் சுட்டிக்காட்டுகிறார்:

> "தெளிவான சிந்தனைத் திறம்; சுதந்திரமாக முடிவெடுக்கும் போக்கு; கற்றதை உடனுக்குடன் உட்கிரகித்துக் கொள்ளும் ஆற்றல் ஆகியவற்றைக் கல்வி கற்கும்போதே இவர் வெளிப்படுத்தியுள்ளார். இத்தகுத் தகுதிகளே இவரை அறிவாற்றலின்பால் நாட்டம் செலுத்தவும் அவற்றைக் கைக்கொள்ளவும் ஊக்கின. அவர் தொட்டதெல்லாம், ஆலை போன்றிருந்த அவர் மனதில் அலசி ஆராயப்பட்டன; தகுதியற்ற எதுவும் அவர் மனதில் தங்குவதில்லை."

கல்லூரிப் பேராசிரியர்கள் இவ்வாறு இளைஞர் இராதாகிருஷ்ணன் துணிச்சலைப் போற்றியதில் வியப்பொன்றுமில்லை. ஏனெனில் இராதாகிருஷ்ணன் தெளிவற்றவைகளின்பால் நாட்டங் கொள்பவர் அல்லர் என்பதை அவர்கள் அறிவர். கிறித்தவக் கல்வி நிலையத்தில் பயிலுகையில் இந்து சமய ஆராய்ச்சியைப் பொருளாக எடுத்துக் கொண்ட இந்தத் துணிச்சலைப் போன்றே, இந்து சமயத்தின் இழிநிலைகள் குறித்துக் கிறித்தவ மிஷினரிகள் காட்டிய குற்றச்சாட்டுகளையும் அவர் ஏற்றுக் கொண்டார். பண்டைய பழக்கவழக்கங்களையும் மரபுகளையும் விடாப்பிடியாகக் கைக் கொண்டொழுகும் குருமார்களை அவர் வெறுத்தார். போர், சமயச் சீர்கேடு, அழிவு, இளவயதிலேயே எரியூட்டுதல், சித்தரவதைகள் போன்ற சமுதாயக் கொடுமைகளுக்கு இத்தகுக்

குருமார்களே காரணம் என்று இராதாகிருஷ்ணன் குற்றஞ்சாட்டினார். இது இந்தியாவில் மட்டும் நிலவுவதன்று; உலகம் முழுமையும் காணப்படுவது என்று சுட்டிக் காட்டினார்.

இந்து சமயத்தைப் போர்த்தியிருக்கும் மிகைவளர்ச்சி எனும் மூட நம்பிக்கைகளாகிய கறையான் அறித்த போர்வையைக் களைந்து விட்டோமெனில், மனிதனை முழுமையாக்கும் புதுமையை உருவாக்கும் அறிவியலாகிய அறவியலை உயிர்ப்பாகக் கொண்டுள்ளது என்பதை அறியலாம். இறைவனைத் தொழுவதென்பது, மனிதர்களை மதிப்பதற்கு இணையானது என்று இந்துசமயம் கருதுகிறது. டாக்டர் கோபால் இதனைக் கனிச்சாறாகத் தருகிறார்:

"மோட்சம், தருமம் இரண்டும் சமயத்தின் இரு தூண்கள் போல்வன; அறிவு, அன்பு, இறைவனை அறிதல், பிறரையும் தமராக நேசித்தல் - இப்பண்புகள் அனைத்தும் ஒன்றுடன் ஒன்று உடன் இயைந்து செல்கின்றன. கடவுளைத் தொழுவது, மனிதரை மதிப்பதற்கு இணையானதாகும். தோல்வியைப் பற்றிய நினைவு, வெறுப்பு, இறுதி முடிவைப் பற்றிய அறியாமை, இவற்றுள் தாக்குரவுண்டு அறிவர்கள் தனிமையை நாடிச் செல்கிறார்கள். ஆனால் இவ்வாறு தப்பிச் செல்லும் மனப்போக்கு சமயத்தின் பெருமையை அறிந்துகொள்ள இயலாமற் செய்துவிடுகிறது."

இந்துத்துவத்தின் உள்ளார்ந்த உறுதியை நம்பி ஏற்றுக் கொள்வதென்பது கிறித்தவ சமயத்தையோ, பிற சமயத்தையோ ஒதுக்கித் தள்ளுவதாகப் பொருளாகாது. கிறித்துவின் தனித்துவத்தை மட்டுமே ஏற்றுக்கொள்வது, இராதாகிருஷ்ணனுக்கு உடன்பாடன்று. ஆனாலும் சமயப்பொறை பற்றிய வெற்றுப் பசப்புரைகளை, வாழ்க்கையை உருவாக்கக் கூடிய சமயத்திற்கு ஏற்றவிதமாக மாற்றுவதற்குரிய வழியை அவர் காட்டியுள்ளார். சான்றாக 1921இல் இந்தியாவிலுள்ள இங்கிலாந்து திருச்சபையைச் சார்ந்த மதகுருமார்கள், மகாத்மா காந்தியடிகளின் அகிம்சைப் போராட்டம் இயேசுவின் பிரதிநிதித்துவம் பெற்ற 'போலி அமைப்பாக' இயங்குகிறது என்று நகைப்புக்கு இடமாகியபோது, அதற்கு ஏற்ற பதிலடியை இராதாகிருஷ்ணன் கொடுத்தார். "காந்தியடிகள் இயேசுவின் போலிப் பிரதிநிதியன்று; அவரே இயேசுவின் உண்மையான பிரதிநிதி" என்றார். இந்த சமயத் தலைவர்கள் கிறித்தவத்தைப் போதிக்கிறார்கள்; ஆனால் சர்வாதிகாரிகள் கையிலும் மனித இனத்தை ஒடுக்குபவர்கள் கையிலும் தஞ்சம் புகுந்திருக்கிறார்கள் என்று இராதாகிருஷ்ணன் பதிலுரைத்தார்.

"சமய அனுபவம் என்பது இக்காலத் தொழில் நுட்ப யுகம் நல்குகின்ற வாய்ப்புகளுக்காக இழந்துவிடக் கூடிய ஒன்றன்று" என்று

இராதாகிருஷ்ணன் குறிப்பிடுகிறார். தற்கொலைக்குத் தள்ளிவிடும் இன்றைய தோல்விகளிலிருந்து மனிதனைக் காப்பதற்குச் சமயத்தின் துணை இன்றியமையாததாகும். மனிதனிடம் வருங்காலம் பற்றிய நம்பிக்கையை வளர்ப்பதற்குச் சமயத்தால் இயலும். இவ்வாறு ஒவ்வொரு சமயமும் மனித இனத்தின் நிலைபேற்றுக்கும் நல்வாழ்வுக்கும் வேண்டிய உலக வளங்களை அள்ளி வழங்குகிறது. தத்துவத்தைப் பற்றிச் சிறப்பாக எழுதக்கூடியவர் என்று உலகம் முழுவதும் இராதாகிருஷ்ணன் பெயர் பெற்றிருந்தாலும், ‘சமயம்’ என்பதே அவருடைய எழுத்துகளின் உயிரோட்டமாக இருந்தது. தத்துவத்தைப் பற்றி எழுதினாலும் அவர் அடிக்கடி சமயத்தைப் பற்றியும் ஆங்காங்கே குறிப்பிட்டுள்ளார். சமயம் பற்றித் தொடக்கக் காலத்தில் ‘சமகாலத் தத்துவத்தில் சமயத்தின் ஆட்சி’ (The Reign of Religion in Contemporary Philosophy) என்ற நூலை இராதாகிருஷ்ணன் எழுதியுள்ளமை அதற்குச் சான்று பகரும். 1920இல் வெளியிடப் பெற்ற இந்நூல் சமய அனுபவத்தை விளக்குவதில் முக்கியத்துவம் பெற்றது. இந்தியாவில் கிறித்தவ சமயம் காலப்போக்கில் புதைபடிவம் போல ஆகிவிடுவதையும் இதனால் மனிதன் தன்னுடைய சமயத்திற்கு அன்னியன் போல ஆகிவிடுவதையும் இராதாகிருஷ்ணன் விரும்பவில்லை. ஆனால் இந்தியாவில் இதுபோன்ற நெருக்கடிகள் எழவில்லை. ஏனெனில் மனித இனத்தின் சிந்தனையோட்டத்தினைத் தடுத்து நிறுத்துகின்ற எந்தவொரு சிக்கலையும் ஆன்மிக வழிகாட்டிகள் அவ்வப்பொழுது எடுத்துரைத்த கருத்துகள் களைந்தெறிந்தன. சமய அனுபவங்களை என்றும் உயிர்ப்புடன் விளங்க வைப்பதற்காக அவற்றுக்குத் தடையெழுப்பும் அமைப்புகளை உடைத்தெறிவதற்காக அவ்வப்பொழுது தோன்றிய சமய ஞானியர்களின் கருத்தை இராதாகிருஷ்ணன் முன் வைக்கிறார்:

> “ஒரு நிலைபெற்ற கோட்பாட்டை அடியொற்றி, சமயம் தன்னை முழு உருப்படுத்திக் கொள்ள முயலுகையில், ஆன்மிக மீட்பெழுச்சிகளும் தத்துவ விசாரணைகளும் விமர்சனதிற்கு ஆட்பட்டுப் புதிய நம்பிக்கையைத் தருகின்றன. இதன் மூலமாக உண்மைகள் நிலைநாட்டப்பட்டு மெய்மைகள் அழிக்கப்படுகின்றன. காலங்காலமாக நம்பப்பட்டு வரும் கருத்துகள், மாறி வரும் காலத்திற்கேற்ப நம்முள் எழும் புதிய ஐயங்களுக்கு விடைதர இயலாதவையாய் ஆகிவிடுகின்றன. காலத்தின் வளர்ச்சிக்கேற்ப, ஆன்மிக நம்பிக்கைகளை வளர்ப்பதற்காக, புத்தர், மகாவீரர், வியாசர், சங்கரர் போன்ற புதிய ஆசான்கள் அவ்வப்பொழுது தோன்றுகின்றனர். இவர்கள் தோற்றம், இந்தியச் சிந்தனை வரலாற்றில் மிகக் குறிப்பிடத்தக்கதாகும். உள்மனம் உணர்ந்த காட்சிகள் புடமிடப்பட்டுச் சோதித்தறியப்பட்ட காலம் அது. ஆன்மிக நாட்டமே உயிர் மூச்சு என்ற அழைப்பு விடுக்கப்பட்ட காலம்

அது. இக்காலத்தின் மனிதனின் ஆன்மா, ஒரு புதிய பயணத்தைத் தொடங்கியது என்று சொல்லலாம். இந்தப் பயணம் தத்துவத்தின் உண்மை நிலைக்கும் மக்களின் அன்றாட வாழ்க்கைக்கும் அணுக்கத் தொடர்பை ஏற்படுத்துவதாக இருந்தது. இத்தொடர்பு, சமயத்தை உள்பொருளாகவும் வளர்பொருளாகவும் காட்டியது.

காலத்தாலும் அளவைகளாலும் இயல்கடந்த மெய்பொருள்களாலும் அளந்தறிய முடியாத சமய அனுபவங்களைப் பேய், பிசாசுகள் பற்றிய கருத்துகளும், மறைபொருட் கருத்துகளும் வேதகாலத்திலிருந்தே ஆக்கிரமித்து வந்துள்ளதை இராதாகிருஷ்ணன் தன்னுடைய ஆற்றல் மிகு வாதத்தால் கடிந்தொதுக்கினார். உபநிடத அறிவர்கள், அறிவுக் கொவ்வாத மரபுக் கருத்துகளை விலக்கி, ஐயங் களைதலில் ஆர்வங் காட்டி ஆன்மிக வேட்கையை வளர்த்தது போன்று இராதாகிருஷ்ணன் உபநிடதங்கள் கூறும் சமயக் கருத்துகள் தமது உள்ளத்திற்கு ஏற்றனவாகத் திகழ்ந்ததை உணர்ந்தார். இத்தகையதொரு வேதாந்த உணர்வே நமக்கு இன்று தேவைப்படுகின்றது என்று இராதாகிருஷ்ணன் பறை சாற்றினார். கடவுள் படைப்பு என்றும் வற்றாது வளருவது. எனவே அதில் இயற்கையானது என்றும் இயற்கை மீறியது என்றும் வேறுபாடு இல்லை என்று 1928இல் எழுதிய 'நமக்கு தேவையான சமயம்' (The Religion We Need) என்ற நூலில் இராதா கிருஷ்ணன் குறிப்பிடுகிறார். தொழில் நுட்ப முன்னேற்றத்தை நாம் அடைந்திருந்தாலும்கூட, தற்கொலையின் விளிம்பிலிருந்து நம்மைப் காப்பாற்றுவது சமய அனுபவங்களே யாகும் இந்தச் சமய அனுபவங்களை அறிவு நுட்பத்திறம் என்றோ, நிறுவனமயமானதென்றோ, சடங்காசாரங்களின் வழிபாடு என்றோ தவறாக நினைத்து விடக்கூடாது என்று இராதாகிருஷ்ணன் அறிவுறுத்துகிறார்.

> "துன்பமும் தேவையும் சூழ்ந்த இந்த நேரத்தில், நமக்கு ஆற்றலும் ஆறுதலும் தருவனவாக சமய அனுபவங்கள் அமைகின்றன. அன்பும் நீதியும் உலகின் உள்ளத்தில் இன்னமும் உறைகின்றன என்பது மறுக்கமுடியாத உண்மையாகும். சமய அனுபவங்கள் தருகின்ற இந்த அன்பும் நீதியுமே மனிதனை நிறைவுபெற்ற மனிதனாக்குகின்றன; நம்முடைய செயல்களில் நாம் தோற்றுப்போய் விடாதபடி நம்மைக் கட்டிக் காக்கின்றன. கரையை மோதும் அலைகள் உடைந்து சிதறிப் போனாலும்கூட கடல் உடையாமல், சிதறாமல் முழுமையாக நின்று அனைத்தையும் வெற்றி கொள்வது போன்றது இது."

அச்சத்திலிருந்தும் கட்டுக்களிலிருந்தும் குறுகிய நோக்கத்திலிருந்தும் நம்பிக்கை நம்மை விடுவிக்கிறது. சமய நம்பிக்கையைத் தியானத்தினாலும் தன்னொழுக்கத்தினாலும் நாம் வளர்த்துக் கொள்ளலாம். ஒழுக்கத்தைத் தொடர்ந்து கைக்கொள்ளுவதன் வாயிலாக நாம் சமய

நம்பிக்கையைப் பெற முடியும். மந்திரக்கோலைக் கையில் எடுத்துச் சுழற்றுவதன் வாயிலாக அதைப் பெற முடியாது. இன்று நமக்குத் தேவைப்படும் சமயத்தை அடைவதற்கு எந்தவொரு குறுக்கு வழியும் கிடையாது. 'ஒவ்வொரு மனிதரும் ஆன்மிக உலகை எய்துவதற்குத் தம்மை ஆயத்தப்படுத்திக் கொள்ள வேண்டும்' என்று இராதாகிருஷ்ணன் அறிவுறுத்துகிறார். இதுபோன்ற முழுமையை ஒவ்வொருவரும் எய்திவிட்டால், உலகில் சகோதரநேயம் கைவரப்பெறும். அதுதான் வாழ்வின் உன்னதமான உண்மையாக இருக்கும். மனித இனத்தின் ஒருமைப்பாட்டை, நேயத்தை வேறெந்த வழியிலும் எய்த முடியாது.

> "நிலவியல் அமைப்பினாலும் வரலாற்று நிகழ்வுகளாலும் வேறுபாடுகளைக் காணமுடியாத அளவிற்கு அனைத்துலக மனிதர்களாக மாறிவிட்ட மகான்களாலேயே இந்த நில உலகில் மனித இன ஒருமையைச் சாதிக்க இயலும். இறைவனும் மன்பதையும்... அரசியல்வாதியாயினும் வியாபாரிகளாயினும் பெருவணிகர்களாயினும் சமயத்தை முழுமையாக நம்புவார்க ளாயின் வேறுபாடுகளை மறக்கிறார்கள்; செல்வாக்கினைத் துறக்கிறார்கள். சமயத்தின் வரலாற்றில் இதுபோன்று மன்பதையை ஒருமைப்படுத்துவதற்குரிய மிகப் பெரிய வாய்ப்பு ஏற்படவில்லை. 'ஒன்றே உலகம்; ஒருவனே தேவன்' எனும் ஆழ்ந்தகன்ற கோட் பாடே நம்முடைய இந்த யுகத்திற்கு மிகவும் தேவைப்படுவதாகும்."

ஆழ்ந்தகன்ற அளவில் இந்த ஒருகடவுட் கோட்பாட்டை இந்திய வேதாந்த நூல்கள் உலகிற்குத் தந்தன என்பதில் இராதாகிருஷ்ணன் மிகுந்த நம்பிக்கை கொண்டிருந்தார். இந்துத்துவத்திற்கே இயல்பாக இருந்த விரிவாற்றல் இராதாகிருஷ்ணனின் நம்பிக்கைக்குக் காரணமாக இருந்தது. ஆரியர்கள் - திராவிடர்கள் என்ற இடைவெளி மறைந்து இரண்டும் ஒன்றானது. வேதக் கருத்துகள், வேதத்திற்குப் புறம்பான கருத்துகள் என்று வேறுபடுத்திப் பார்க்க முடியாத அளவிற்கு இன்றைய இந்துத்துவம் வளர்ந்துள்ளது. எந்த இன வேறுபாடுகளோ, நிலவியல் வேறுபாடுகளோ இந்த வளர்ச்சியைத் தடுத்துவிடமுடியாது. இந்தக் கருத்தைச் 'சமயமும் சமுதாயமும்' (Religion and Society: 1947) என்ற தமது நூலில் இராதாகிருஷ்ணன் பின்வருமாறு விரித்துரைக்கிறார்:

> "தொடக்கக்காலத்தில் இந்த அலை சம்புத் தீவுகள், கம்போடியா, ஜாவா, பாலி முதலிய நாடுகளுக்குப் பரவியது. உலகின் கடைக் கோடி நாடுகளிலும் இந்து சமயம் பரவுவதை எதுவும் தடை செய்யவில்லை. இந்தியா என்பது ஒரு மரபு; ஆன்மிகம்; ஒளி. அதனுடைய நிலவியல் அமைப்பும் ஆன்மிகக் கருத்தும் ஒன்றாக இணையவில்லை; ஒன்றன் வளர்ச்சியை மற்றொன்று தடை செய்யவில்லை."

மனித வாழ்க்கையின் அனைத்துக் கூறுபாடுகளும் மண்ணுலக விருப்பங்களும் வீடு, அறம், பொருள், இன்பம் என்ற நான்கனுக்குள்ளும் அடங்கியிருப்பதாக இந்துசமயத் தத்துவங்கள் நுவலுகின்றன. இந்து சமய நெறியைப் பற்றி ஒழுகும் ஒருவனுடைய இம்மை வாழ்க்கை இறுதியில் விண்ணுலக வாழ்வையடையும் நிறைவை எட்டுகிறது. இதனால் அன்றாட வாழ்க்கையின் ஒவ்வொரு செயலும் இறைவனுக்குச் செய்யும் தொண்டாகவே அமைகிறது. இத்தகு உயர் நிலையை நோக்கமாகக் கொண்ட இறைவழிபாடும் கோயில் போன்ற சமய நிறுவனங்களும் எவ்வாறு குறிக்கோள் தவறிக் கெடலாயின என்பதை இராதாகிருஷ்ணன் எழுதிய 'சமயமும் சமூகமும்' என்ற நூல் விளக்குகிறது. வழிபாட்டின் வழித் தனிச் சிறப்பு வாய்ந்த நம்முடைய தொன்மையான இறையனுபவத்தை அடைய வேண்டும் என்பதே இனிமேல் நம்முடைய நோக்கமாக இருத்தல் வேண்டும். "உண்மையிலேயே பயன் நல்கக் கூடிய தற்காலத்தின் சிறந்த வழிமுறைகளைப் பின்பற்றி அவற்றை நமது பழஞ்சிறப்பு வாய்ந்த கொள்கையோடு இணைத்து புதிய ஒருமையைக் காண வேண்டும்." "அயற் கொள்கைகளைத் தன்வயமாக்கிக் கொள்வதற்கு அணியமாக இருக்கும் சங்கரரது நெறியே இத்தகு ஒருமையை உருவாக்கச் சிறந்ததாக இருக்கும்" என்று இராதாகிருஷ்ணன் கருதுகிறார்.

"வைணவர்களும் சைவர்களும் சாக்தர்களும் கருத்து வேறுபாடு கொண்டு, தங்களுக்குள் சண்டையிட்டுக் கொண்டிருக்கும்போது, மனிதர்கள் பின்பற்றுவதற்குகந்த நம்பிக்கைகளை வீண் விவாதக் குப்பைகளிலிருந்து சங்கரர் எடுத்து வெளிக்காட்டித் தெளிவாக்கினார். ஆன்மிகத்தில் வேரோடி இருந்த உண்மைச் சமய நெறியைச் சங்கரர் வலியுறுத்தினார். ஆன்மிக உண்மையையே எல்லாச் சமயங்களும் பேசுகின்றன; முழுமையை எய்தாத பொருட்களில் உறைந்திருக்கின்ற மெய்ப் பொருளே நம்முள்ளும் உறைந்து, நம்மையும் இந்த உலகத்துப் பொருட்களையும் ஒன்றாகவே காட்டுகிறது என்ற உண்மையை உணராதவரையில் நாம் பந்தச் சுழற்சியில் சுற்றிச் சுற்றி வருவோம். நிறைவான முழுமுதல் என்பதை உணரும் வழிகள் பலவாயினும், அதனுள் உறைந்துள்ள மெய்ம்மை ஒன்றே என்பதைச் சங்கரரது தத்துவ நெறியின் நோக்கு நிலையால் நாம் உணர்கிறோம். உண்மைக்குப் பல அளவீடுகள் இருக்கலாம்; ஆனால் மெய்ம்மைக்கு அளவீடு ஒன்றே. ஒரே மெய்ம்மையைப் பல உண்மையான வழிகளை அடியொற்றி அறிய முயல்வதே அது."

இராதாகிருஷ்ணனால் கருத்தாய்வு செய்யப்பட்ட எந்தவொரு சமயமும் உபநிடதங்கள் கூறும் சமய நெறிகள் போல முழுமையான பாராட்டைப் பெறவில்லை. வாழ்க்கையின் மீது பகவத்கீதை சொல்லுகின்ற

நெறிகளையே ஹீனயான புத்த சமயப் பிரிவு ஒத்திருந்தது. இராமானுஜர் அறிவுறுத்திய வைணவ நெறிகள் மனதைக் கவர்வதாக இருந்தன; ஆனால் அவை ஏற்புடையதாக இல்லை. இந்தச் சமய நெறிகள் எல்லாவற்றையும் அலசி ஆராய்ந்தாலும், வீண் விவாதங்களுக்கு ஆட்பட்டு விளக்கவியாத, இடர்ப் பாடுகளுக்கு அவர் ஆளாகவில்லை. தெளிவாகத் தெரிந்ததையே இராதாகிருஷ்ணன் பாராட்டினார்; விளக்க முடியாதவைகளை அவர் விமர்சித்தார். புதிய சமய நெறிகளாயினும் அவை பழைய நெறிகளைத் துலக்கிக் காட்டி, எதிர்காலத்தில் அதன் வளர்ச்சிக்கு வழிவகுக்குமானால் அதை வரவேற்கலாம். இதனடிப்படையில் இந்தியச் சமய நெறிகளைத் தக்க சமயத்தில் காத்த சமயமாகச் சீக்கியத்தை இராதாகிருஷ்ணன் கருதுகிறார். உண்மையில் சொல்லப்போனால் இந்த உலகில் புதிய சமயம் என்று எதுவுமே இல்லை. பழைய சமயத்தைத் துலக்கிக் காட்டிக் வளர்ச்சிக்கு உதவுகின்ற நெறிகளையே நாம் புதிய சமயம் என்கிறோம். ‘சீக்கியர்களின் திருவாசகங்கள்’ (The Sacred Writings of the Sikhs: 1960) என்ற நூலில் இந்து, இசுலாமிய மெய்யியலின் பிழிவே ‘ஆதிகிரந்தம்’ என்ற பாராட்டுகிறார்:

> “எல்லாச் சமயங்களையும் மதிப்பதையும் பல்வேறு பட்ட ஆன்மிக நெறிகளைப் போற்றுவதையும் பண்பாகக் கொண்ட இந்திய மரபுக்கு ஏற்றதாக சீக்கிய நெறி உள்ளது. சமயப் பொறையைப் போற்றுவதை மட்டும் கைக்கொள்வதால் இந்திய ஆன்மிக மரபு நிறைவடையவில்லை. ஒருவருக்கொருவர் பொறை யுணர்ச்சியைக் கைக்கொள்வதால் மட்டும் நன்னம்பிக்கையும் சகோதர நேயமும் மலர்ந்துவிடுவதில்லை. மற்றவர்களது நம்பிக்கையையும் நாம் போற்றக் கற்றுக் கொள்ள வேண்டும்; மற்றவர்களுக்காகத் தியாக வாழ்க்கை வாழ வேண்டும்; மற்ற பிரிவினர்க்கும் நேரிய நெறியைக் காட்டிப் பரவசப்படுத்த வேண்டும். மற்ற சமய நெறிகளின் நல் உணர்வுகளைப் பாராட்டும் நேரிய பண்பை ஆதிகிரந்தத்தை உருவாக்கிய சீக்கிய குருமார்கள் கொண்டிருந்தனர். இவர்கள் அனைத்து நாட்டிற்கும் உரியவர்களாக விளங்கினர். மதவெறியினின்றும் மூட நம்பிக்கையினின்றும் ஆணவப் பிடிவாதத்திலிருந்தும் சடங்காசாரங்களிலிருந்தும் நம்மை விடுவித்து, சமயத்தின் மையப் பண்பாக விளங்கிய எளிமைத் தன்மையை உலகிற்கு உணர்த்தினர். உலகத்தின் மிகச் சிறந்த அறிவர்கள், மனிதர்களின் உட்பொதிந்திருக்கும் அகமதிப்புக் களைக் காத்தவர்களாகக் கருதப்படுகின்றனர். இவர்கள் கண் மூடித்தனமாக சமய நெறிகளைப் பின்பற்றும் வெறித் தனத்திலிருந்து உலகைத் திருத்தினர்.”

'உலகத்தின் எல்லாப் படைப்புகளிலும் கடவுள் உறைந்திருக்கிறார்' என்ற சீக்கிய சமயக் கொள்கையை இராதாகிருஷ்ணன் பெரிதும் போற்றி மதித்தார். கடவுள் என்பவர் அளந்தறிந்து உணர முடியாத நுண் பொருளானவர் அல்லர் என்றும் அவர் உணர்ந்து அனுபவிப்பதற்கு உரிய உள்பொருளானவர் என்றும் சீக்கிய சமயம் சொல்கிறது. குருநானக் இயற்றிய 'ஆரதி' (arati) பாசுரத்தில், சீக்கிய சமயத்தின் உள்ளீடு சிறப்புறக் காட்டப்பட்டுள்ளது என்று இராதாகிருஷ்ணன் புகழ்கிறார். பூரி ஜெகன்னாதர் ஆலயத்தில் இறைவனுக்கு முத்துகள் பதிக்கப்பெற்ற தங்கத் தாம்பளத்தில் மணப்பொருட்களும் மலர்களும் வைத்துப் பூசிக்கப்படும்போது, எல்லாவற்றையும் கடந்து நிற்கும் 'ஒருவனை' (Ek Omkar) உணர்கிறேன் என்று குருநானக் கூறுகிறார்:

"சூரியனும் நிலவும் நீயேற்றிய விளக்குகள்; இறைவா!
வானமண்டலம் நீயேந்திய தட்டு;
சந்தன மரத்தின் நறுமணமே
உன்னைச் சுற்றியிருக்கும் சுகந்தம்;
காற்று உன்னுடைய விசிறி;
காடுகளெல்லாம் நீ தோற்றிய மலர்கள் -
ஒளியின் தலைவனே!"

கீழ்த்திசை நாடுகளில் தோன்றிய சமயங்களைத் தெள்ளிதின் விளக்கியது போன்றே மேற்றிசைச் சமயங்களையும் இராதாகிருஷ்ணன் தெளிவுபட விளக்கியுள்ளார். கீழ்த்திசைச் சமயங்களும் மேற்றிசைச் சிந்தனைகளும் (Eastern Religions and Western Thought: 1939) என்ற நூல் உலகத்தில் முன்னெப்போதும் தோன்றியிராத ஓர் ஆன்மாவைத் தேடும் வேட்கையைக் காட்டுகிறது. தம்முடைய சமயம் மட்டுமே உண்மையான சமயம் என்று யூதர்கள் கூறுவதை, இராதாகிருஷ்ணன் ஏற்றுக் கொள்ளவில்லை. அப்படி அவர்கள் சொல்வது போன்று யூதசமயம் மட்டுமே உண்மையான சமயமாக இருக்குமேயானால், உலகத்து மக்களை யூத சமயத்தின்பாற் திருப்பும் கடுமையான முயற்சியில் அவர்கள் ஏன் வெற்றி பெறவில்லை என்ற கேள்வி எழுகிறது. 'ஆற்றார்க்குதவுதல்' எனும் தன் விருப்பார்வத் தொண்டும் உலகை அரவணைக்கும் அன்பும் இணைந்த இயக்கமே மெல்ல மெல்ல கிறித்தவச் சமயமாக உருப்பெற்றது. கிறித்தவ சமயத்தின் அறநாட்டம், ஆசிய நாடுகளின் பழங்குடிச் சமயங்களிலிருந்தும் அதனுடைய சமயக் கொள்கை கிரேக்கர்களிடமிருந்தும் நிறுவன அமைப்புமுறை ரோமானியர்களிட மிருந்தும் பெறப்பட்டவைகளாகும். கிறித்தவ சமயத்திற்குள் இருக்கும் ரோமானியக் கருத்துகளே, அதை உலகந் தழுவிய சமயமாக நோக்குவதற்குத் தடையாக உள்ளன:

"உலகம் முழுவதும் கிறித்தவ சமயத்தைப் பரவச் செய்ய வேண்டும் என்ற நோக்கத்தில் இயேசுவின் மீது இருந்த எளிய நம்பிக்கையை, சமய மாறுதலுக்கேற்ற புதிய கொள்கையை அறிமுகம் செய்கின்ற பலபிரிவுகளாக மாற்றிக் கொண்டனர். கான்ஸ்டன்டைனின் காலத்திற்குப் பிறகு, அலுவலர்களும் சமயச் சார்பற்றோரும் அதிகாரத்தைப் பயன்படுத்திப் பிற சமய நம்பிக்கைகளின் மீது சகிப்புத் தன்மையற்றிருந்தனர். "எவனொருவன் என்னுடன் சேராதிருக்கிறானோ, அவன் என்னுடன் மாறுபாடு கொண்டவனாகின்றான்" என்று இயேசு கிறிஸ்து கூறிய மொழியை அவர்கள் தவறாகப் புரிந்துகொண்டு தங்களுக்கு ஆதரவாகப் பயன்படுத்திக் கொண்டனர். நம்மில் பெரும்பாலானவர்கள் நம் சமய உரிமையைப் பழக்க வழக்கங்களாலும் உணர்ச்சிகளாலும் உள்ளுணர்வுகளாலும் நிலை நாட்டிக் கொள்கிறோம். வளர்ச்சியை நாம் உணர்வது போன்றும் பாங்க் ஆஃப் இங்கிலாந்து அமைப்பை நாம் ஏற்றுக் கொள்வது போன்றும் சமய அமைப்பை நாம் உணர்ந்து கொள்கிறோம்; ஏற்றுக் கொள்கிறோம். கடவுள் மீது நம்பிக்கை வைத்திருப்பதாக நாம் உரிமை கொண்டாடுகிறோம். ஆனால், அதன்படி நடக்கத் தயங்குகிறோம். சமய நம்பிக்கைக்கான வழிமுறைகளை நாம் அறிவோம்; ஆனால், அந்த நம்பிக்கைகளை மெய்ப்பிக்கத் தயங்குகிறோம். பழைய நம்பிக்கைகளைத் தவிர்த்துவிட்ட அதே நேரத்தில் அதற்குத் தகுந்ததொரு புதிய நெறியை நாம் காணவில்லையெனில் அங்கு மூடநம்பிக்கை வளர்கிறது."

புதிய யுகத்தில் முளைத்த மூடநம்பிக்கைகள் காட்டுமிராண்டித் தனமான பழங்கால மூடநம்பிக்கைகளுக்குச் சற்றும் சளைத்தவையல்ல. இந்தக் கொள்ளைக்கார அமைப்பிலிருந்து எவரும் விலகியிருக்க முடியாது. நாம் இன்று கொண்டுள்ள மூட நம்பிக்கைகளுள் ஒன்று 'தேசிய இனம்' பற்றிய நமது எண்ணமாகும். 'தேசத்தைக் காப்பாற்றுவதாகச் சொல்லிக் கொண்டு, காட்டுமிராண்டித்தனமான மூட நம்பிக்கையைக் கொண்டுள்ளோம்' என்று இராதாகிருஷ்ணன் புதுமைக்கும் பழமைக்கும் இன்றுள்ள உறவு நிலைகளைச் சாடுகிறார்.

உலகச் சமயங்களை அலசி ஆராய்கையில் இராதாகிருஷ்ணன் இன்றைய மனிதனின் இறையனுபவம் பற்றி எடுத்துக் கூறுகிறார். வாழ்க்கையில் விரக்தியைக் கண்டுள்ள இன்றைய மனிதனின் அன்றாடக் கருமங்களில் ஒன்றாகச் சமய வழிபாடு ஆகிவிட்டது. அதில் ஆழ்ந்த ஈடுபாடு கொண்டு உண்மைகளைக் காண அவனுக்கு நேரமில்லை. அதே சமயத்தில் இன்றைய மனிதன் புதிய அனுபவங்களை உணர்ந்துகொள்ள வேட்கை கொண்டுள்ளான் என்று இராதாகிருஷ்ணன்

குறிப்பிடுகிறார். இன்றைய உலகம் தகவல் தொடர்புச் சாதனங்களின் துணையால் மிகவும் சுருங்கிவிட்டதால், புதிய எல்லைகளைக் காண்பதற்கு அவன் அவாவுகின்றான். இதனால், கிழக்காயினும் சரி, மேற்காயினும் சரி, எந்த நாடும் அவனுக்கு அந்நியமாகத் தோன்றவில்லை. மட்கலம் போன்று ஆகிவிட்ட இந்த உலகின் கீழ்த்திசைத் தத்துவங்களையும் மேற்றிசைத் தத்துவங்களையும் இணைத்து, 'மக்கட் சமயம்' என்றதொரு புதிய சமயம் தோன்றுமா? மனித நேயத்தைப் பழமரபுவாதங்கள் சிதைத்துவிடும் அபாயங்கள் சூழ்ந்துள்ள இந்த வேளையில் சமயங்களின் மகத்துவத்தை எடுத்துச் சொல்வி நம்மை வழிநடத்துவதற்கு இராதாகிருஷ்ணன் போன்றோர்களின் துணை மிகவும் அவசியமாகும் என்று இரவீந்திரநாத் தாகூரும் குறிப்பிடுகின்றார். சமயம் என்பது நாகரிகங்களின் தொடக்கப் பருவத்தில் ஏற்பட்ட இருள் நிலைகளின் பிரதிபலிப்பு என்று ஏளனமாகக் கருதி ஒதுக்கிவிடக் கூடாது. அனைத்தும் கடந்த அருளாளனான ஆண்டவன் மனிதனைப் பக்குவப்படுத்துவதற்காகவும் முழு நிறைவு செய்வதற்காகவும் தந்த கொடையே சமய நெறிகளாகும். ஒரு சமயத்தைச் சார்ந்த மூதாளர் போல இக்கருத்தை 'கீழ்த்திசை சமயங்களும் மேற்றிசைச் சிந்தனைகளும்' என்ற நூலில் இராதாகிருஷ்ணன் வலியுறுத்திக் கூறுகிறார்:

> "எல்லாம் வல்ல ஆண்டவனை மனிதன் உணரும் போது, அவன் முழுமையை எய்துகின்றான்; வாழ்க்கையின் உண்மையை உணர்கின்றான்; வாழ்க்கையைத் தன் கைக்குள் கட்டுப்படுத்துகின்றான்; உணர்ந்து பார்க்க முடியாத பிரபஞ்சம் முழுவதும் பரவி நிற்கும் அனுபவத்தை உணர்கிறான். குறுகிய நோக்கிற்காக வளர்ந்து அவனைச் சிறைப்படுத்திய அவனது ஆற்றல்கள் எல்லையில்லாப் பெருவெளியில் பரவிப் பாய்ந்து பெருநோக்கை நாடி ஓடுகிறது. தன்னைத்தான் உணர்ந்து நிற்கும் மனிதனாக அவன் பெருமையுறுகின்றான். அவனது எண்ணங்கள், செயல்கள் எல்லாமே இறைவனை மையமிட்டதாகவே அமைகின்றன. தூய நெறிப்பட்ட வாழ்க்கையே தனக்கு அழகும் இன்பமும் பேறும் அளிக்க வல்லது என்றும், இதற்கு மாறான வாழ்க்கைத் தனக்கு ஏமாற்றத்தையே தரக் கூடியது என்றும் உணர்ந்து கொள்கிறான்."

* * *

7. தத்துவ அறிஞர்

இராதாகிருஷ்ணன் தத்துவத்தையும் சமயத்தையும் விளக்கியுரைத்த அறிஞராவார். இன்னொரு நோக்கில் பார்க்கும்போது அவரே ஒரு தத்துவவியல் அறிஞராக விளங்குகிறார். ஆனால் அவரைக் கல்வியியல் சார்ந்த தத்துவ அறிஞர் என்று கூறிவிட முடியாது. இராதாகிருஷ்ணனின் வாழ்வில் இடம்பெற்ற பல நிகழ்ச்சிகளை எடுத்துக் காட்டும் சர்வபள்ளி கோபால், இவை இராதாகிருஷ்ணனுக்கு ஏற்பட்ட சமய அனுபவங்கள் என்றும் அவற்றை நாம் கற்றுத் தெரிந்துகொள்ள முடியாது என்றும் உள்ளுணர்வாலேயே விளங்கிக் கொள்ள இயலும் என்றும் குறிப்பிடுகிறார். சமயத்தின் புறக்கூறுகள், சமய அனுபவங்களை இராதாகிருஷ்ணன் உணர்ந்து கொள்வதற்குத் தடையாக இருக்கவில்லை. ஏனெனில் புறக்கூறுகளையும் கடந்து அப்பாலுக்கப்பால் இருக்கும் இறைவனை உயர்ந்த வழிகாட்டியாக இராதாகிருஷ்ணன் கருதுகிறார்:

> "தன்னுடைய வாழ்க்கையில் வெற்றி மேல் வெற்றிகள் குவியக் குவிய, கண்ணால் காணவியலாததோர் ஆற்றலால் தன்னுடைய வாழ்க்கை ஒழுங்கமைக்கப்படுவதை இராதாகிருஷ்ணன் உணர்ந்தார். இவ்வாற்றலின் துணை கொண்டு இராதாகிருஷ்ணன் தன்னுடைய வாழ்க்கையைப் பல்வேறு பரிமாணங்கள் உள்ளதாக அமைத்துக் கொண்டார். இதனால் அவர் எடுத்த முடிவுகளும் அவரது விளக்கங்களும் அவருடைய இராசிக்கேற்பவே அமைந்தன."

தன்னுடைய வாழ்க்கையில் தான் அனுபவித்தது போன்று, ஒருவரது வாழ்க்கையில் தொடர்ந்த நெருக்கடிகள் குறுக்கிடும் என்று அவர் எண்ணவில்லை. பிறப்பினாலோ, செல்வத்தாலோ சலுகையையோ உரிமையையோ பெறவியலாத நிலையில் இராதாகிருஷ்ணன் கல்லூரிப் படிப்பை முடிப்பதற்குக்கூட, பெரும் போராட்டங்களைச் சந்திக்க வேண்டியிருந்தது. அவர் பெற்ற முதுகலைப் பட்டம்கூட, அவரது பொருளாதார நெருக்கடியைத் தீர்த்துவிடவில்லை. தன்னுடைய வாழ்க்கையில் வெகுநாட்கள் கழித்தே அவர் பொருளாதார நெருக்கடியிலிருந்து மீண்டார். இவ்வளவு நெருக்கடியிலும் கூட, சில முக்கியமான கட்டங்களில் சரியான முடிவுகளைத் தாமாகவே அவர் மேற்கொண்டார்; குறிக்கோளை மனதிற் கொண்டு விரைந்து செயல்பட்டார். கண்களால் பார்க்கமுடியாத ஏதோ ஒரு சக்திதான் அவரை இயக்கி முக்கியமான வேளைகளில் சரியான முடிவுகளை எடுக்கத்தூண்டியது என்று சொல்லலாமா? 'குறையேற்பின் குறைபாடுகள்' (Fragments of Confession) என்ற கட்டுரையில் இராதாகிருஷ்ணன் பின்வருமாறு குறிப்பிடுகிறார்:

“என்னுடைய வாழ்வில் குறுக்கிட்ட இன்னல்களை நினைத்துப் பார்க்கும்போது, கண்ணால் பார்த்த இந்த இன்னல்களைக் காட்டிலும் இன்னும் இந்த வாழ்வில் பல இன்னல்கள் உள்ளன என்பதை நான் உணர்கிறேன். வாழ்க்கை என்பது தொடர்ச்சியாக உடல்உறும் துன்பமோ, அதன் விளைவோ அன்று. வாய்ப்புகள் என்பன மெய்ம்மையின் மேலோடுகளாகத் தெரிகின்றன. ஆனால் மெய்ம்மையின் கீழே பல்வேறு ஆற்றல்கள் வாய்ப்புக்கு எதிராகச் செயலாற்றுகின்றன. இந்த உலகம் ஓர் உயிர்ப்பொருள் என்றால், ஆன்மிகத்தால் அது வாழ்வு பெறுகிறது என்றால், இவ்வுலகில் நிகழும் செயல்கள் தற்செயலாக நிகழ்வதன்று; எழுதி எழுதிச்செல்லும் விதியின் கை மேலும் மேலும் எழுதிச் செல்கிறது.”

இந்துக் கடவுட்தொகுதிகளில் சொல்லப்படும் இஷ்ட தேவதைகளின் சக்தியாலேயே நல்வாய்ப்புகள் கைவரப் பெறாமல் நழுவப் போகின்றன என்று இராதாகிருஷ்ணன் கருதவில்லை. இராதாகிருஷ்ணன் திருத்தணியைச் சேர்ந்தவராயிருப்பினும் திருப்பதி நகரம் அவரது ஊருக்கு மிக அருகில் இருப்பினும், அவர் தம்முடைய நூல்களில் தேவைப்பட்டால் ஒழிய அவ்வூர்களில் உறையும் கடவுளர்களைப் பற்றிக் குறிப்பிடமாட்டார். இராமர், கிருஷ்ணன், வெங்கடேசுவரர் ஆகிய கடவுளர்களை மட்டும் குறிப்பாகச் சுட்டுவதோடு இராதாகிருஷ்ணன் நிறுத்திக் கொண்டார். இந்து சமயம் கற்பித்துள்ள கடவுட்தொகுதியின் விரிபரப்பை விளக்குவதற்கு அவர் ஆர்வங்காட்டவில்லை. தன் வாழ்க்கை முழுதும் தன்னை வழி நடத்திச் சென்ற இந்தப் பிரபஞ்ச ஆற்றலையே அவர் கடவுளாகக் கண்டார். வேதங்களும் புராணங்களும் சொல்கின்ற கடவுட் கதைகளை அவர் ஏற்காது, தன்னுடைய தொண்டுகளிடையே முழுமுதல் இறைவனை அவர் கண்டார். அதே வேளையில் அவரை உருவாக்கிய சூழல் சமயம் சார்ந்ததாகவே இருந்தது. திருத்தணியில் வளர்ந்தார்; கிறித்தவ மிஷினரி கல்வி நிறுவனங்களில் பயின்றார். எனவே இராதாகிருஷ்ணனின் தத்துவ விளக்கங்கள் சமய நெறிகளை விளக்குவனவாக அமைந்தன. இதனால் அவரது விளக்கங்களில் அழிவில்லாத பரம்பொருள் அனுபவத்தைப் பெற்ற உணர்வினை நாம் காணலாம்.

கல்வியறிவு பெற்றுவந்த இளைய வயதில் அவர் சந்தித்த இன்னல்கள் ஏராளம். அவர் முப்பது வயதைக் கடக்கும் வரையிலும் கீழ் மத்தியதர வகுப்பினர்க்குரிய இயல்பான வறுமை அவரைச் சூழ்ந்திருந்தது. அதற்குப் பிறகும்கூட நீண்ட நாட்களுக்கு அவர் இணைந்து வாழ்ந்த தம் குடும்பங்களின் பொறுப்பைச் சுமக்க வேண்டியிருந்தது. இதனால் அவரது தனிப்பட்ட வாழ்கையில் பல ஏமாற்றங்களும் வெறுப்புகளும் குறுக்கிட்டன. அவர் வாழ்க்கையில் ஈட்டிய வெற்றி மட்டுமே இத்துன்பங்களைத் தாங்கிக் கொள்வதற்கான

உறுதியைத் தரவில்லை. துன்பத்தில் தளராது உறுதியுடனும் அமைதியுடனும் அவர் இருந்தாரெனில் அதற்குக் காரணம், அவர் தன்னுடைய வாழ்க்கையை நெறிப்படுத்துவதற்காகத் தானே வகுத்துக்கொண்ட தத்துவமேயாகும்.

"ஓர் இலட்சியவாதியின் வாழ்க்கை நோக்கு" (An Idealist view of Life), கல்கி அல்லது எதிர்கால நாகரிகம் (Kalki or the future of Civilization), நம்பிக்கையின் மீட்பு (Recovery of Faith)ஆகிய நூல்களைக் கருத்தூன்றிப் பார்க்கும் போது அவை அப்பாலுக்கும் அப்பால் இருக்கின்ற முழுமுதல் ஆற்றலை வழி காட்டியாகக் கொண்டு, தன்னுடைய வாழ்க்கை அனுபவங்களையும் ஒப்பியற் சமயக் கருத்துகளையும் இணைத்து ஆழ்மனத்திலிருந்து வெளிப்பட்ட தத்துவங்களை இராதாகிருஷ்ணன் பிழிந்து தந்துள்ளதாகத் தோன்றுகிறது. அவரது உள்ளத்தில் அசைக்க முடியாத நம்பிக்கை குடிகொண்டிருந்தது. இதன் காரணமாகப் புதுவது காணும் வேட்கையுடன் கூடிய நம்பிக்கையிலேயே இராதாகிருஷ்ணன் வாழ்ந்தார். கண்ணால் கண்டு அனுபவிக்கக்கூடிய இன்பங்களை அவர் அதிகமாகப் பெற்றுச் சுவைக்கவில்லை. ஆனால் தன்னை எப்போதும் காத்து வழிநடத்தக் கூடிய ஓர் ஆற்றல் தனக்கருகிலேயே இருக்கிறது என்பதை அவர் உணர்ந்தார். இந்த உணர்வு அறிவியலால் மெய்ப்பிக்கக்கூடியதன்று; பிறர்க்கு உணர்த்தப்படுவதுமன்று. இராதாகிருஷ்ணன் கவிஞரல்லர். ஆயினும் கவிதைகளை ரசிப்பவர். காத்து வழி நடத்திச் செல்லும் ஆற்றலால் பிறரும் பயனுறுகின்றனர் என்பதை உணர்ந்த அவர், சரியான நெறியிலேயே செல்கிறோம் என்பதை அறிந்து கொண்டார். காத்து வழி நடத்திச் செல்லும் இத்தகு ஆற்றல்களுக்கு இந்து சமயக் கடவுள்களான இராமனையும் கிருஷ்ணனையும் இராதாகிருஷ்ணன் காரணமாகக் காட்டவில்லை. ஆனால் எல்லாவற்றுக்கும் மேலாக ஒருவன் இருக்கிறான் என்ற நம்பிக்கையையும் அவனே நம்மை வழி நடத்திச் செல்கிறான் என்ற உறுதியையும் அழியும் தனிமையுள்ள மனிதனை மாற்றி, அழியாத அமரத் தன்மையாக்குகிறது என்பதையும் இராதாகிருஷ்ணன் உணர்ந்திருந்தார். இக்கருத்தினை பகவத்கீதையின் நான்காவது அத்தியாயத்தில், பதினோராவது செய்யுளுக்குத் தரும் விளக்கத்தில் குறிப்பிடுகிறார்:

> "தன்னை அடைய விரும்பும் ஒவ்வொரு உயிரையும் கடவுள் அன்புடன் நோக்குகிறார்; அவ்வுயிரின் விருப்பத்தை நிறைவேற்றுகிறார். எவருடைய நம்பிக்கையையும் அவர் வீணாக்குவதில்லை; அவரவரின் தன்மைகளுக்கேற்ப அவரவர் கொண்ட நம்பிக்கைகள் வளருமாறு அருளுகிறார். உயிர்ப்பலி கொடுத்து வரம் வேண்டிய வேதகால வழிபாடுகளின் போதுகூட, அவரவர்க்கு வேண்டியதை இறைவன் நல்கினான். இறைவனின்

அருட்டிற நோக்கினால் உண்மையை உணர்ந்தவர்கள் அதைக் குறியீடுகள் வாயிலாகப் பிறர்க்கு அறிவிக்கின்றனர். ஆனால் இறைவன் அருளை நாடாதவர்கள் அக்குறியீடுகளின் பொருளைப் புரிந்து கொள்ளமாட்டார்கள். பெயரும் உருவமும், உருவ மற்றவனைக் குறிப்பதற்காகப் பயன்படுத்தப்படுகின்றன... இயல் கடந்த மெய்ப்பொருளின் வழி நோக்கும்போது எந்தவொரு புறவெளித் தோற்றமும் உண்மையானது என்று கொள்ள முடியாது. ஆனால் அனுபவத்தின் வாயிலாக நோக்கும்போது அதன் உண்மை புலனாகின்றது; ஒவ்வொரு தோற்றமும் மெய்ப்பிக்கத் தகுந்த உண்மையைக் கொண்டுள்ளதாகத் தோன்றுகிறது. நாம் வணங்கும் உருவங்களுக்குள்ள தோற்றங்கள், நம் உள்ளத்தில் ஆழ இருத்தி வணங்குவதற்காக ஏற்பட்டன என்பதை நாம் கருத்திற்கொள்ள வேண்டும்."

இந்த உலகம் முழுவதையும் ஆட்கொண்டு கொடூரமாக அரசோச்சிய அறிவியல் யுகத்தில் இராதாகிருஷ்ணன் வாழ்ந்தார். ஆனால் கோயில் நகரமான திருத்தணியில் பிறந்து வாழ்ந்த இராதாகிருஷ்ணன் அறிவியல் அலையினால் தாக்குண்டு அடித்துச் செல்லவில்லை. மனிதன் தொழில்நுட்ப முன்னேற்றத்தில் மேலும் மேலும் வளர்ச்சி அடைவதைக் காணக்காண, இராதாகிருஷ்ணன் உள்ளத்தில் இறை நம்பிக்கை மேன்மேலும் வலுப்பெற்றது. உள்ளுணர்வுக்கும் அறிவுத் திறத்திற்கும் நடைபெற்ற போட்டியில் உள்ளுணர்வே வென்றது. உள்ளுணர்வின் ஆற்றல் இல்லாது நம்முடைய அறிவுப்புலன்கள் ஆராய்ந்து பார்க்கும் திறத்தைப் பெறமாட்டா என்று அவர் நம்பினார். இக்கருத்தை 'ஓர் இலட்சியவாதியின் வாழ்க்கை நோக்கு' என்ற நூலில் இராதாகிருஷ்ணன் விரித்துரைக்கிறார்:

"வாழ்க்கை மதிப்புகளை உருவாக்குவதும் போற்றுவதும் உள்ளுணர்வின் துணையாலேயே இயலும். உண்மையைக் கண்டறிந்து வழங்கும் தீர்ப்பில் உணர்ச்சி கலவாதிருத்தல் வேண்டும். ஆனால் வாழ்க்கை நெறிகளை உணர்ந்து இது நல்லது, இது தீயது, - என்று வழங்கும் தீர்ப்பு அனுபவம் ஒன்றினாலேயே இயலும். நாம் பின்பற்றும் செயல்திட்டம் சரியா தவறா என்றறியவும் நாம் காணும் பொருள் அழகுடையதா? குரூரமானதா? என்றறியவும் உணர்ச்சியைக் கட்டுப்படுத்தக் கற்றோராலேயே முடியும். உணர்ச்சிவயப்படுதல் என்பது வாழ்க்கையின் ஓர் அனுபவம்; அது கற்றுத் தருவதால் கைவரப்பெறுவதன்று. இவ்வுணர்ச்சியனுபவம் ஒருவருடைய ஆளுமை வளர்ச்சியைச் சார்ந்துள்ளது."

‘ஓர் இலட்சியவாதியின் வாழ்க்கை நோக்கு’ என்ற நூல் 1932இல் வெளியானபோது தத்துவவியல் வட்டாரத்தில் ஒரு புதிய தென்றல் வீசியதைப்போல வரவேற்பைப் பெற்றது. இதன் எதிரொளியாக ‘கீழ்த்திசையிலிருந்து மறுப்பு’ (Counter Attack from the East) என்ற நூலை சி.இ.எம். ஜோட் (C.E.M.Joad) என்பார் வெளியிட்டார். இந்தியாவின் ஏக சமயக் கொள்கையை அவர் ஏற்கவில்லை. இருப்பினும் சமயத்தையும் தத்துவத்தையும் அரசியலையும் பண்பாட்டையும் இணைத்துக் குழைத்து இராதாகிருஷ்ணன் தந்த தத்துவத்தை அவர் வரவேற்றார். இராதாகிருஷ்ணனின் இந்தத் தத்துவக் கோட்பாட்டிற்கு எதிர்ப்பும் இருந்தது. லியோனார்ட் வுல்ஃப் (Leonard Woold) என்பவர் இத்தகு எதிர்ப்பைத் தெரிவித்து ‘அதிர்ச்சி! அதிர்ச்சி’ (Quock! Quock!) என்ற நூலை எழுதினார். அறிவுத் திறத்துக்கு எதிராகச் செயல் புரியும் இருபதாம் நூற்றாண்டு மாந்தர்களை ‘அறிவுத்திறத்துக்கு அதிர்ச்சியளிப்பவர்கள்’ என்று வுல்ஃப் கடுமையாகச் சாடினார். இவர்கள் ஏதும் புரியாத மெய்யியல் எனும் புதை மணலில் சிக்கி உள்ளே ஆழ்ந்துவிடுகிறார்கள் என்று அவர் இந்நூலில் குறிப்பிட்டுள்ளார். உள்ளுணர்வு என்பது அறிவுத்திறம் விளக்கம் பெறுவதற்குத் துணையாக இருக்கவேண்டும் என்ற இராதாகிருஷ்ணனின் வாதத்தை அவரைத் திறனாய்ந்தோர் ஏற்கவில்லை. ஆனால் அந்தத் திறனாய்வுகளின் மீதேறிச் சவாரி செய்து, தன்னுடைய பாதையில் பட்டத்து யானை போல பீடு நடை போட்டார். ‘ஓர் இலட்சியவாதியின் வாழ்க்கை நோக்கு’ எனும் நூலோடு ஒத்திருந்த ‘கல்கி அல்லது வருங்கால நாகரிகம்’ (1929) எனும் நூல் இராதாகிருஷ்ணனுக்குப் புகழ் ஈட்டித் தந்த நூல்களுள் சிறப்பாகக் குறிப்பிடத்தக்கதாகும்.

இந்நூலின் தொடக்கப் பகுதிகளில் அழிவை நோக்கிய இந்த உலகின் குழப்பத்தை அழகாகப் படம் பிடித்துக்காட்டியுள்ளார். குழப்பங்களால் பீடிக்கப்படாத வாழ்க்கைக் கூறு ஏதேனும் இன்று உண்டா? காலத்தை வென்று நிலையானவை என்று நிறுவப்பட்ட கருத்துகளெல்லாம் இன்று சிதைந்து போகும் நிலை ஏற்பட்டுள்ளதே! இந்தக் குழப்பம் சமயத்தையும் பிடித்து ஆட்டுகிறது. திருமணம் என்பது புனிதச் சின்னமாக இன்று கருதப்படவில்லை. நம்முடைய தேவைகள் பெருகிவிட்டன; தேவைகள் பெருகியதால் வேண்டாததை வேண்டு மென்றே வீணாக்குகின்றோம். இதுதான் தேவைக்கும் உற்பத்திக்குமான இன்றைய பொருளாதார உறவாக இருக்கிறது. படைப்புத்திறன் கொண்ட கைவினைஞர்களையெல்லாம் இன்றைய தொழில் மயமாக்கம், இதயமே அற்ற இயந்திர மனிதர்களாக ஆக்கிவிட்டது. இப்படிப்பட்ட காலத்தில் நாம் எங்குமே மக்களாட்சியை நாடுகின்றோம். ஆனால் மக்களாட்சி முறையை ஏளனம் செய்யும் விதத்தில்தான் நாம் செயலாற்றி வருகின்றோம். நம்முடைய பன்னாட்டு உறவுகள் முரண்பட்ட நிலைகளால்

எப்போதும் குழம்பிப் போய் உள்ளன. இந்நிலையில் இந்த நாகரிகத்திற்கு எதிர்காலம் என்று ஒன்று உண்டா?

"மனிதன், போரிடும் இயல்புள்ள ஒரு விலங்கு. இன்னும் அவன் திருந்தவில்லை. பொருளாதாரத்தில் வெற்றி காண வேண்டும் என்பதே ஒவ்வொருவருடைய இலட்சிய தாகமாக இருக்கிறது. இந்த இலட்சிய தாகம் தான் போர்களுக்குக் காரணமாக இருக்கிறது. பொருளாதாரமே நமது சமயமாக மாறிவிட்டது. வாணிகமே பெரும் பேரரசாக ஆகிவிட்டது. வாணிகத்தைப் பெருக்கிக் கொள்வதற்காகவும் எல்லைகளை விரிவுபடுத்துவதற்காகவும் குடியமர்வுகளைக் கைப்பற்றுவதற்காகவும் நாம் போரிடுகிறோம். இத்தகைய வாணிகத்திற்காகவே நம்முடைய செயல்முறைகளை ஆராய்கிற சிந்தனைச் சுதந்திரத்தை இழந்து நிற்கிறோம்; சிந்தனைச் சுதந்திரம் நம்முடைய ஆற்றலைக் குறைத்து மதிப்பிட்டு விடுமோ என்ற ஐயத்தில் இரக்க உணர்வை இழந்து நிற்கிறோம்; நம்முடைய உறுதிப்பாட்டைக் குலைத்து விடுமோ என்ற அச்சத்தில் கற்பனையுணர்வையும் இழந்து நிற்கிறோம்."

சூனியத்திலிருந்து நம்மைக் காக்க வந்த குரலாக இது ஒலிக்கிறதல்லவா?

தோல்வியை ஈடு செய்ய முடியாத, ஒளி மழுங்கிய இந்தச் சூழ்நிலையில் இராதாகிருஷ்ணனின் பரிந்துரைகள், அனைத்தும் நம் கையைவிட்டுப் போய்விடவில்லை என்பதை மெல்ல உணர்த்தின. ஏனெனில் படைப்பு என்பது தற்செயலாக நிகழ்வதன்று; ஒவ்வொரு ஊழிக் காலத்திலும் ஏதோவோர் குறிக்கோளுடனேயே ஒவ்வொரு படைப்பும் தோன்றுகின்றன. இதனை இராதாகிருஷ்ணன் பின்வருமாறு விளக்குகிறார்:

"உலகத்தில் தோன்றும் ஒவ்வொரு பொருளுக்கும் உயிர் என்பது இயல்புக் குணமாகவும் அதன் உரிமையாகவும் அமைகிறது. இதைத் தொடர்ந்து, உயிரின் அறிவு மயக்கத்தாலும் கொடூரத் தன்மையாலும் சோம்பியிருக்கும் பண்பாலும் அழியும் இயல்பாலும் உயிர் மறைந்துவிடாமல், மனம், அறிவு, ஆன்மா என்று தொடர் வளர்ச்சியைப் பெறுகிறது. இவ்வாறு உயிரின் பரிணாமம் ஒவ்வொரு முறையும் முழு நிறைவை அடைய முந்துகிறது."

ஒயிட் ஹெட், தாம்சன், ஆலிவர் லாட்ஜ், லாயிட் மோர்கன் (Whitehead, Thomson, Oliver Lodge, Lloyd Morgand) ஆகிய அறிவியல் சார்ந்த தத்துவ அறிஞர்களின் கருத்துகளை மேற்கோள் காட்டித் தன் கருத்துகளை இராதாகிருஷ்ணன் அரண் செய்தார். பரிணாமச் சுழற்சியின் ஆணிவேரில் உலகளாவிய உயிரின் உள்ளார்ந்த தத்துவம்

பொதிந்திருக்கிறது என்று அவர் கூறினார். அதே நேரத்தில் சமய நெறிகள் கூறும் தத்துவங்களின் முக்கியத்துவத்தையும் அவர் ஒதுக்கித் தள்ளிவிடவில்லை:

"எல்லா உண்மைகளையும் யாம் அறிவோம் என்றும் இந்த உலகத்தின் இயக்கத்தினைத் துல்லியமாக யாம் அறிவோம் என்றும் நம்மில் பலர் நம்பிக் கொண்டிருப்பது 'தான்' என்ற முனைப்பின் வெளிப்பாடே ஆகும். எல்லாச் சமய நெறிகளுமே மனிதர்களின் ஆன்மாக்களை நெறிப்படுத்தவும் உள்ளத்தை நெறிப்படுத்தவும் வேட்கையை நிறைவு செய்யவும் உதவுவன ஆகும். இத்தகுச்சமய நெறிகளைப் பின்பற்றும் எல்லாப் பிரிவினைகளுமே தத்தமக்குரிய தெய்வீக ஆற்றலை வழிபடுகின்றன. இத்தெய்வீக ஆற்றலே அவர்களை வழிநடத்திச் செல்கிறது. இந்த உலகத்திலுள்ள அனைத்து மக்களுள்ளும் ஆன்மிக ஒளியை வளர்ப்பதற்குச் சிறு சமயம் கூடப் போதுமான தாகும். நம்முடைய மனதை அறிவு நிலையிலிருந்தும் இந்தச் சமுதாயத்தைத் தேக்க நிலையிலிருந்தும் காக்க வேண்டுமென்றால் காலங்காலமாக வளர்ந்து வந்துள்ள சமய நெறிகளைத் துறப்பதோ மறுப்பதோ கூடாது."

எதிர்காலத்தில் சமயம், ஆன்மிகத்தையும் நன்னடத்தையையும் பெரிதும் வலியுறுத்துவதாக அமையும். இதனால் முழுநிறைவு பெற்ற மனிதர்கள் துன்பங்களிலிருந்து உலகை மீட்பதற்காகத் தொண்டாற்றுவர். திருமணங்களின் போது ஏற்படுகின்ற உறுதியான இணைப்புகள் உடலாலும் ஆன்மிகத்தாலும் மேலும் உறுதிப்படும். திருமணங்களை வெகு எளிதில் செல்லுபடியாக மற் செய்யும் விவாகரத்துகளை மேற்கொள்பவர்களை இராதாகிருஷ்ணன் கடுமையாக நோக்குகிறார்.

"இரு உயிர்களின் இணைவினால் பல உயிர்களைப் பெற்றெடுத்து வளர்ப்பதே திருமணத்தின் நோக்கம் என்று நாம் கருதினால், நாம் நம்முடைய வாழ்க்கையில் பல சவால்களைச் சந்திக்க நேரிடும். திருமணத்தின் உண்மையான நோக்கம் இதனினும் உயர்ந்ததாகும். இருமுரண்பட்ட கருத்துகளைக் கொண்டிருந்தாலும் முரட்டுத்தனமான மனப்பாங்கையும் உணர்ச்சிகளையும் கொண்டிருந்தாலும் தன்மனப் போக்கினையும் ஒருவரையொருவர் விரும்பாத தன்மைகளையும் கொண்டிருந்தாலும் நாம் ஒருவரையொருவர் சார்ந்து வாழ்கிறோம். இதனால் மணவிலக்கு என்பது மனிதர்களைக் கீழ்மைப்படுத்துவதாகும்."

செல்வம் நம்மைத் தூண்டுகோல் போலத் தூண்டிக் கொண்டேயிருக்கிறது. இல்லாவிட்டால் நாம் பணத்திற்கு அடிமையாக

மாட்டோம். “சிறு அளவில் ஆள்வதே சிறப்பாக ஆள்வது” என்ற அரசியற் பொன்மொழியை நாம் நினைவிற் கொள்ள வேண்டும். மிகப்பரந்த அளவிலான ஆட்சி முறை, அரசாங்கத்தை இயங்காமற் செய்துவரும் பன்னாட்டு உறவுகள் போற்றப்படும் இன்றைய சூழலில் உலக ஒற்றுமையைத் தவிரப் பிறிதொன்றையும் நாம் நினைக்கவியலாது. இந்நூலின் இறுதியில் மெய்யியற் கோட்டையை விட்டு வெளியே வந்து சமய நெறியில் வாழும் மனிதன் மீது நம்பிக்கையைக் காட்டுகிறார் இராதாகிருஷ்ணன். அவனே உள்ளுணர்வில் உருப்பெற்ற மனிதன் என்றும், தொலைநோக்குடைய மனிதன் என்றும் எதிர்காலச் சமுதாயத்தைக் காக்கும் திறன் கொண்ட மனிதன் என்றும் இராதாகிருஷ்ணன் கருதுகிறார்:

> “சமயக் கருத்தியற் கோட்பாடே இந்த உலகம் என்றும் காணாதவொரு அமைதியை உருவாக்கச் சிறந்தவொரு அரசியற் சாதனமாகும். கடமைகளையும் உரிமைகளையும் நாம் வற்புறுத்தினாலன்றி, மனிதனின் விருப்பங்களுக்கும் நம்பிக்கைகளுக்கும் இடையே நடைபெறுகின்ற மோதல்களுக்கு நாம் இணக்கம் காணமுடியாது. உடன்பாடுகளும் தூதரக உறவுகளும் நெருக்கத்தை வளர்க்கலாம். ஆனால் அவைகளால் அச்சத்தைக் கிள்ளியெறிய முடியாது. இந்த உலகம் மனித நேயத்தில் ஊறித் திளைக்க வேண்டும். உலகம் முழுவதும் மாறும் வரை காத்திருக்காமல் ‘மண்ணுலகமெல்லாம் ஒரே குடும்பம்’ என்ற கருத்தின் உண்மையைத் தமது வாழ்க்கையால் மெய்ப்பித்துக் காட்டும் சமயப் பெரியோர்களையே நாம் விரும்புகிறோம்; ஸ்டாப் தோல்தர் அறிவுறுத்திய “நான் செய்து பார்த்துப் போவதால்,இன்னமும் நம்பிக்கொண்டிருக்கப் போவதில்லை; விடா முயற்சியுடன் செயலாற்றப் போவதால் அதை வெற்றி கொள்ளும் வேட்கையும் எனக்கில்லை” என்ற கருத்தினை ஏற்றுக் கொள்ளும் சமயப் பெரியோர்களை நாம் விரும்புகிறோம்.”

இராதாகிருஷ்ணன் அறிவுறுத்திய தத்துவங்களின் கருத்துச் செறிவுள்ள மூன்றாவது நூல் 1955இல் வெளியானது. ‘நம்பிக்கையின் மீட்பு’ (Recovery of Faith) என்ற இந்த நூலுக்கும் இதற்கு முந்திய இரு நூல்களுக்கும் இடைப்பட்ட காலத்தில் இரு உலகப் போர்கள் மூண்டன; அணுகுண்டு சோதித்தறியப்பட்டது. இந்தச் சூழ்நிலையில் சமய நெறிகளை ஆக்கித்தரும் பெரியோர்களே இந்த உலகைக் காப்பாற்றி வாழ வைக்க முடியும் என்று இராதாகிருஷ்ணன் நம்பினார். இந்த நம்பிக்கையை இந்நூலின் முன்னுரைப் பகுதியின் தொடக்கத்திலேயே,

> “மனிதர்கள் தாங்களாகவே வேண்டுமென்றே ஏற்படுத்திக் கொள்கின்ற சச்சரவுகளின் காரணமாக உலகம் அழிந்து போகும்

> நிலையை எய்திள்ளது என்பதை அறிவியல் நமக்குத் தெளிவாகக் காட்கிறது. மரணமே இந்தப் பாவச் செயல்களின் முடிவு என்பதை இத்தகு சச்சரவுகள் நமக்கு நினைப்பூட்டுகின்றன. இதை நமக்கு விடுத்த எச்சரிக்கையான நாம் கொள்ளவேண்டும்'' என்று இராதாகிருஷ்ணன் குறிப்பிடுகிறார். மனிதனே அறிவியலை வளர்த்தான்; அவன் வளர்த்த அறிவியலே அவனுடைய முடிவுக்குக் காரணமாகியுள்ளது. இதுதான் இன்று நம்மை அடிமைப்படுத்தியுள்ளது என்பது எண்ணுதற்கே மிகப்பெரிய மனக்கசப்பு ஆகும்.''

என்று குறிப்பிடுகிறார்.

மனித இனம் இத்தகையத்தோல்விகளுக்கு அடிக்கடி ஆட்படுகிறது என்று இராதாகிருஷ்ணன் தம்முடைய நூலில் குறிப்பிடுகிறார். செயின்ட் அகஸ்டினும் செயின்ட் ஜெரோமும் ரோம் நகரம் வீழ்ந்தமைக்காக இரங்குகின்றனர்; ஏதென்சுப் பேரரசு வீழ்ச்சியுற்றதற்காக துஸடீஸ் வருந்திப் போரிடுகிறார்; தடுத்து நிறுத்த முடியாத பேரரசு ஒன்று மனித நாகரிகத்தை அழிக்க வந்தது என்று நான்காயிரம் ஆண்டுகட்கு முந்தைய எகிப்து பாபிரஸ் ஆவணங்கள் குறிப்பிடுகின்றன. இப்பொழுது இந்த உலகை இரு அணியாகப் பிரித்துப் பார்ப்பதெல்லாம் இரண்டு அணியினரிடையில் நிலவும் மனக்கசப்பே எனலாம். இதுபோதாதென்று உலகை நினைத்த மாத்திரத்தில் - ஒரு நொடியில் - இல்லாமல் செய்யவல்ல அணுகுண்டுகளின் உற்பத்தியும் இதற்கான காரணம் எனலாம்:

> ''எல்லாவிதமான வள ஆதாரங்களும் நம் கையில் உள்ளன; எல்லாவிதமான கொடைகளும் நமக்கு இயற்கையாகவே கிடைக்கப்பெற்றுள்ளன; எல்லாவிதமான ஆற்றல்களையும் நாம் வளர்த்துள்ளோம். இருந்தாலும் கூட அமைதியாகவும் பாதுகாப்பாகவும் நம்மால் வாழ முடியவில்லை. அறிவுத் திறத்தாலும் விவேகத்தாலும் நாம் முன்னேறியிருக்கிறோம்; ஆனால் ஞானத்திலும் அருட்டிறத்திலும் நாம் முன்னேறவில்லை. இவை இரண்டும் நம்மிடம் மிகக் குறைந்துள்ளதால் நாம் தொட்டதனைத்தும் பிணக்குகளிலேயே முடிகின்றன.''

பழங்காலத்தில் நமக்கேற்பட்ட தோல்விகளின் சாயலே நம்முடைய இக்காலத் தோல்விகள் என்று அமைதி கூறுவது சரியன்று. தத்துவ அறிஞர் ஒயிட் ஹெட்டின் மேற்கோளைச் சுட்டிக்காட்டும் இராதாகிருஷ்ணன், உதவுவாரின்றி நாம் தவிக்கும்நிலையை, விதியின் வலிய கைகளினால் நாம் இரக்கமில்லாமல் அழிக்கப்பட்டுவிடுவோம் என்ற கருத்துத் தோன்ற இராதாகிருஷ்ணன் எடுத்துக்காட்டுகிறார். ''நாம்

கடைசிக் காலத்தில் உதவுவாரற்று விதியின் அலைகளால் இழுத்துச் செல்லப்பட்டு நரகப் பகுதியில் வீழ்வோம் என்று சொல்வது, சூனியவாதத் தத்துவத்தை ஏற்றுக் கொள்வதற்குச் சமமாகும். இதில் எதிர் நீச்சலடித்து, அலையின் திசையைத் திருப்ப நம்மால் முடியும்.''

கால்வின், கான்ட், ஸ்பென்சர், ஹெகல், மார்க்ஸ், நீட்சே, ஸ்பெங்கலர் போன்றோர் மனிதன், இயற்கை, உலகம் போன்றவற்றை அறிதற்கெளிமையானவைகள் என்று கருதினர். இதனை இராதாகிருஷ்ணன் மறுத்தார். மனிதனின் தற்காலச் சூழ்நிலை இவற்றை யெல்லாம் பற்றிச் சிந்திக்கத் தூண்டுகிறது. இவற்றைப் பற்றியெல்லாம் பலரும் சிந்தித்துச் சிந்தித்துப் பல கருத்துகளைக் கூறியுள்ளனர். இவற்றில் ஒரு கருத்தும் மனிதனை உயர்த்துவதாக இல்லை. இவற்றினால் நாம் பரிதாபத்திற்குரியவர்களாகவும் பித்துப் பிடித்தவர் களாகவும் ஆகியிருக்கிறோம். நம்மைச் சூழ்ந்துள்ள தீய சக்திகள் இத்தகுக் கருத்துகளினால் அழிந்துவிடும் என்று தோன்றவில்லை.

உண்மையில் உதவியற்றிருக்கிறோம் என்று நாம் எண்ணத் தேவையில்லை. ஏனெனில் மனிதப் பிறவி என்பது சுதந்திர உணர்வை அடிப்படையாகக் கொண்டுள்ளதாகும். இயற்கையாகவே தனக்கிருக்கின்ற விடுதலையுணர்வால் மனிதன் எல்லாவிதமான கருத்தியல்களுக்கும் மூட நம்பிக்கைகளுக்கும் மரபுகளுக்கும் வளைந்து கொடுக்கிறான். ஆனாலும் இவற்றைக் கடந்து வெற்றி பெற அவனால் முடிகிறது. மனிதனை உருவாக்குகின்ற நம்பிக்கையொளி, அவன் உள்ளத்திலே ஒளிரும் வரை மனித இனம் முன்னேற்றப் பாதையில் விரைந்து செல்வதை யாரும் அடக்கவியலாது. இரக்கமற்ற விதியையும் அவரவர்க்கென்று விதிக்கப்பட்ட கர்ம வினைகளையும் கூட மனிதனுடைய தளராத உறுதி மாற்றிவிடக்கூடும்:

> ''மனிதனிடம் அடிப்படையாக உள்ள விலங்குத் தன்மையிலிருந்து உயர்ந்த நிலைக்கு அவனை உயர்த்துவதற்காகச் சில நெறி முறைகளை அவன் பின்பற்ற வேண்டியுள்ளது. மனிதன் என்பவன் உலகத்தில் நாம் காணும் பல பொருட்களில் ஒன்றாகத் திகழ்பவ னல்லன்; தான் என்ற அடையாளம் காட்டவியலாது உலகத்தில் வாழ்கின்றான். மனிதன், வரன்முறைக்குட்பட்ட உளவியல் நெறிப்பட்டு இயங்குபவன் அல்லன். அவன் தன்னுடைய புறவியல்பை இழந்து, அகவயமாகவே ஒழுகுவானேயானால், கர்மவினைகளுக்குக் கட்டுப்பட்டவனா கின்றான். உலகத்து நிகழ்ச்சிகளிலிருந்து மனிதனால் விடுபடமுடியும். அவன் அவனாகவே இருக்க முடியும். மனித சமுதாயம் எதற்குள்ளும் கட்டுப்பட்டுவிடாது சுதந்திரமாக இருக்க விரும்பியதையே சமுதாயத்தின் வரலாறு காட்டுகிறது. மனித உருவில் தோன்றிய

விடிவெள்ளிகளான புத்தர், சாக்ரடீஸ், சொராஷ்டர், இயேசு ஆகியோரது வாழ்க்கை, மனிதர்களும் தெய்வமாகலாம் என்பதைக் காட்டுகிறது. நாம் நாமாக இருக்க வேண்டும் என்ற தைரியத்தையும் நமக்கு ஊட்டுவதாக அமைகிறது.''

அணுகுண்டினால் உலகம் அழியும் நாள் வெகு தூரத்தில் இல்லை என்பதை வல்லரசுகளின் அச்சுறுத்தல்களும் தொடக்கத்தில் கிடைக்கின்ற வெற்றியால் இன்பம் காண்கின்ற குட்டி வல்லரசுகளும் நமக்குக் காட்டிப் பயமுறுத்துகின்றன. ஆனால், இராதாகிருஷ்ணன், 'மனித இனம் பூண்டோடு அழியும் நாள் நெருங்கி வருகிறது' என்று நமக்கு எடுத்துக்காட்டி எச்சரிக்கை செய்கிறார். ஹிட்லரின் காலத்தில் ஆஸ்விட் (Auschwitz) நகருக்கு ஏற்பட்ட பேரழிவு போன்றும் ட்ருமன் காலத்தில் ஹிரோஷிமா நகரம் அழிந்தது போன்றும் இந்த உலகம் விரைவில் அழிந்துவிடும் என்று அறிவியல் தொழில் நுட்பக் காலத்தில் மனக்கிலி எழுந்துள்ளது. ஆனால், இந்த அச்சத்தை ஒழித்துத் தன்னுடைய ஆன்மாவின் மீது நம்பிக்கை கொண்டு மீண்டெழ வேண்டும் என்றும் தன்னுடைய ஆன்மாவினால் இந்த உலகை வாழவைக்க வேண்டும் என்றும் இராதாகிருஷ்ணன் அறிவுறுத்துகிறார்:

நம்பிக்கையும் செயற்பாடும் ஒன்றுடன் ஒன்று இணைந்து இயங்குகின்றன. நம்முள் ஓடுகின்ற இரத்தத்திலும் இனப் பிரிவுகளிலும் வாழும் மண்ணிலும் பற்றுக்கொண்டு வாழ்ந்தோமெனில், இந்த உலகம் வேற்றுமைகளாலேயே நிறையும். மிருகங்களைப் போல ஒருவரையொருவர் வெறுத்து நாம் வாழ்ந்தோமெனில் இந்த உலகம் வஞ்சக் காடாகவே தோன்றும். உலகந்தழுவிய ஆன்மிக ஒழுக்கங்களை நாம் நம்புவோமெனில் அமைதியும் புரிதலும் வளர்ந்து, இந்த உலகை வளப்படுத்தும். வளமான மரமே செழுங்கனிகளைத் தரும். நம்பிக்கை வேரூன்றிய யுகங்களே 'சுடரொளி வீசிப் பேரின்பத்தை நல்கும் யுகங்களாகத் தோன்றும்' எனும் ஜெர்மானியக் கவிஞர் கதேயின் கூற்று இங்கு எண்ணிப் பார்க்கத் தக்கது. அதே நேரத்தில் அவநம்பிக்கை ஆட்சி செலுத்தும் யுகத்தில் வெற்றியின் விளைவுகள் முறிந்து போகும். வெற்றிகள் எதிர்பார்த்த பலனைத் தரமாட்டா. அவை எதிர்காலச் சந்ததியினருக்கு ஏமாற்றத்தையே தருவனவாக அமையும். இராதாகிருஷ்ணன் அதைத் தெளிவாக விளக்குகிறார்:

> ''மனித சமுதாயங்கள் நம்பிக்கையால் வாழ்கின்றன; நம்பிக்கைகள் தோற்றுப்போகும்போது, சமுதாயங்கள் அழிந்து போகின்றன. நம்முடைய சமுதாயம் நலிவு நீங்கி நலம் பெற வேண்டுமானால், அது நம்பிக்கையை மீண்டும் பெற வேண்டும். நமது சமுதாயம் காப்பாற்ற முடியாத அளவுக்கு நலிவடைந்துவிடவில்லை. ஒருவரையொருவர் விஞ்சி உயர வேண்டும் என்ற ஆசைகளாலும்

தோல்விகளாலும் சமுதாயத்தின் நம்பிக்கைகள் பிளவுபட்டுள்ளன; அதன் விருப்பங்கள் முரண்பட்டுள்ளன. நீக்கிச் சரிசெய்யக்கூடிய இத்தகுத் தவறுகளைப் போக்கிவிட்டோமெனில் மனித சமுதாயத்தை வளமாக்கலாம் என்ற நம்பிக்கைத் தோன்றுகிறது. உலகத்துப் பொருட்களின் மீது, ஆன்ம சக்தியை ஊட்டுகின்ற ஆற்றல்களின் மீது, நாம் நம்பிக்கை வைக்க வேண்டும்; அறிவியலும் நிறுவனங்களும் மரபு நெறிகளோடு தமக்குள்ள உறவை இழந்துவிட்ட இந்தச் சூழ்நிலையில் ஆன்மிக ஆற்றல்களின் மீது நாம் நம்பிக்கை வைக்க வேண்டும்."

எதிர்காலத்தில் மனிதனின் நம்பிக்கையை மீட்டுத்தருவதற்குச் சமய நெறிகள் முக்கிய இடம் வகிக்கும். பழங்காலச் சமயங்கள் கிளைத்துக் கிளைத்துப் பல்கோண வளர்ச்சியைப் பெற்றிருந்தாலும், அவற்றின் மெய்யியல் மையத்தை, அதன் வளர்ச்சி அழிந்துவிடவில்லை. இந்த உண்மையை நாம் உணர்ந்துகொண்டோமெனில் அனைத்தையும் கடந்து நிற்கின்ற இறைவனோடு நாம் தொடர்பு கொண்டு உலகைப் புரப்பதற்கான பணியினைத் தொடங்க முடியும்.

இவ்வாறு நடக்கும் என்று இராதாகிருஷ்ணன் நம்பினார். இதனை அவரது பிரார்த்தனை என்றும் சொல்லலாம். 1931 முதல் 1938 வரை அறிவுநுட்பப் பரிமாற்றத்திற்கான பன்னாட்டுக் குழுவின் உறுப்பினராக இராதாகிருஷ்ணன் இருந்தபோது, உலக நாடுகள் அனைத்தும் ஒன்றையொன்று தழுவி வளர வேண்டும் என்பதை வலியுறுத்தினார். அடுத்த இருபதாண்டுகளில் இரண்டாவது உலகப் போரின் கொடுமைகளை அனுபவித்தும், அணுக்கதிர் அழிவின் விளிம்பில் நின்று அஞ்சியும் உலகம் தவித்தபோது, மனித இனத்தின் எதிர்காலம் உலக மக்களின் ஒற்றுமையில்தான் உள்ளதென்று இராதாகிருஷ்ணன் அறிவித்தார். இந்த ஒற்றுமையை ஒருவருக்கொருவர் வைத்துள்ள நம்பிக்கையை உணர்ந்து புரிந்து கொள்வதாலும் ஒருவரது சமய நெறியை மற்றவர் உணர்ந்து மதிப்பதாலும் உருவாக்க முடியும் என்று அவர் நம்பினார்:

சமய வாழ்வின் பல்வேறு முறைகளைப் பற்றி அறிந்து கொள்வது, சமயம் பற்றிய ஆழமான நம்பிக்கையை மனிதனுக்கு ஊட்டும். மனிதப் பண்பாட்டை வளர்ப்பதற்கும் வளப்படுத்துவதற்கும் சமயங்கள் இன்றியமையாத துணையாக அமைய வல்லன. இவ்வாறு அமையும் சமுதாயத்தில் பல்வேறுபட்ட சமயத்தினரும் கடவுளின் பல குழந்தைகள் போன்று ஒன்றாக இணைகின்றனர். எல்லாச் சமயங்களும் தம்மைப் பின்பற்றுவோர்க்கு நம்பிக்கையை அருளுகின்றன. யுகங்கள் மாறும்போது, சமய நெறிகளும் காலத்திற்கேற்பப் புதிய நம்பிக்கையை உலகிற்கு அருளுகின்றன. இந்தப் புதிய நம்பிக்கைகள், பழைய

நம்பிக்கையின் மாற்று வடிவமேயன்றி, முற்றிலும் புதிதானவையல்ல. மனித இனத்தின் ஒருமைப்பாட்டை வேண்டி, எல்லாக் காலத்திலும் நிலைத்து நிற்கவல்ல இந்த நம்பிக்கை, மனிதனின் இதயத்தையும் ஆன்மாவையும் உயர்நிலைக்குக் கொண்டு செல்ல வல்ல தெய்வீக ஆற்றல் பெற்றதாகும்.

* * *

8. கல்வியாளர்

இராதாகிருஷ்ணன் ஆசிரியராகவும் துணை வேந்தராகவும் சிறந்த கல்வியாளராகவும் விளங்கினார். தன் வாழ்நாள் முழுதும் கல்வியுலகம் வளம் பெறவும் நலம் பெறவும் இராதாகிருஷ்ணன் அயராது உழைத்தார். பல்கலைக்கழகங்கள் தன்னாட்சி பெற்ற நிறுவனங்களாகச் செயல்பட வேண்டும் என்று வலியுறுத்தி வந்தார். பண்பாட்டுச் செறிவுள்ள பழமைகளின் உதவியால் இந்தியா தன்னுடைய வருங்காலத்தைச் செழுமையுள்ளதாக்கிக் கொள்ளும் வழிமுறைகளைக் காண வேண்டும் என்று இராதாகிருஷ்ணன் தாம் ஆற்றிய பட்டமளிப்பு விழா உரைகளில் தொடர்ந்து வலியுறுத்தி வந்தார். பல்கலைக்கழகங்கள் 'மனித நேயம், பொறையுடைமை, கருத்துப் புதுமை, உண்மை தேடல்' ஆகியவற்றை நோக்கமாகக் கொண்டிலங்க வேண்டும் என்று அறிவுறுத்தினார். பட்டதாரிகளை உற்பத்தி செய்யும் பல்கலைக்கழகங்களை அவர் வெறுத்தார்.

> "செய்திகளைத் தருகின்ற அளவோடு பல்கலைக்கழகங்கள் அளிக்கின்ற கல்வி முற்றுப் பெறவில்லை. கருத்துக்கும் அறிவுக்கும் உள்ள வேறுபாட்டையும் கொள்கைக்கும் உண்மைக்கும் உள்ள வேற்றுமையையும் மாணவர்கள் பிரித்து உணர்கின்ற அளவிற்கு அதன் கல்வி நிலை உயர வேண்டும்; சான்றுகளின் மெய்ம்மையைச் சீர்தூக்கிப் பார்க்கின்ற அளவுக்கு அவை கல்வி புகட்ட வேண்டும். உண்மைகளை நிலைநாட்டுகின்ற விவாதங்கள் எல்லை மீறிப் போய்விடக் கூடாது; எதிர்க்கருத்து உள்ளவர்களின் விவாதங்களையும் சமன் செய்து சீர்தூக்கிப் பார்க்க வேண்டும். இது போன்ற சுதந்திரமான சோதனை முறைகளைப் பகுத்தறிவுக்கு ஏற்கக் கூடிய வகையில் நம் விருப்பார்வத்தை வளர்ப்பதே ஆராய்ச்சியின் உயிர்ப்பாகும்."

கல்கத்தாப் பல்கலைக்கழகத்தின் பேராசிரியராகப் பொறுப்பேற்றபோது, பல்கலைக்கழகத்தின் நிர்வாகத்தில் தலையிட இராதாகிருஷ்ணன் விரும்பவில்லை. ஆனால், ஜாதுநாத் சர்க்கார் அப்பல்கலைக்கழகத்தில் துணை வேந்தரானபோது வளாக அரசியலுக்கு அவர் இழுக்கப்பட்டார். தன் செயற்றிறங்களைத் துணைவேந்தர் சர்க்கார் ஆண்டறிக்கையில் வேண்டுமென்றே மறைத்து விட்டதை அறிந்து இராதாகிருஷ்ணன் வெறுப்புற்றார். நேர்மையான முறையில் சிந்திப்பதற்கும் செயலாற்றுவதற்கும் கற்றுத் தருவதை விடுத்து, வளைந்து நெளிந்து குறுகிய வழிகளில் மாணவர்கள் முன்னேறுவதற்குப் பல்கலைக்கழகங்கள் கற்றுத் தருகின்றன என்று இராதாகிருஷ்ணன் கடிந்தார். இந்தச்சமயத்தில் முதுகலைக் கல்விக் குழுவின் தலைவராக இராதாகிருஷ்ணன் ஒருமனதாகத் தேர்ந்தெடுக்கப்பட்டார். இவ்வாறு

துணைவேந்தர்க்கும் ஆசிரியர்களுக்குமிடையே வெளிப் படையானதொரு பிளவு ஏற்பட்டது. சைமன் கமிஷனுக்கு எதிராக மாணவர்கள் கிளர்ச்சி செய்த போது, துணைவேந்தர் காவல்துறையின் துணையை நாடினார். இதனால் பல மாணவர்கள் காயமுற்றனர். இது பற்றி விசாரிக்கும் பொறுப்பை இராதாகிருஷ்ணனுக்குப் பல்கலைக்கழக ஆட்சிமன்றக் குழு தந்தது. துணைவேந்தர் காவல்துறையை அழைத்தது தவறு என்று இராதாகிருஷ்ணன் அறிக்கை தந்தார்.

1931இல் இராதாகிருஷ்ணன் ஆந்திரப் பல்கலைக்கழகத்தின் துணைவேந்தரானார். 1927இல் இதே பல்கலைக்கழகத்தில் அவர் முதலாவது பட்டமளிப்பு விழா உரையாற்றினார். பல்கலைக்கழக முறை இந்தியாவுக்குப் புதிதல்ல என்று அவர் அப்போது குறிப்பிட்டார். தன்னுடைய பழைய உரையில் குறிப்பிட்டதைச் சமகாலச் சிந்தனையுடன் செயலாக்கம் பெறுவதற்கு இராதாகிருஷ்ணன் விழைந்தார். இந்தியாவில் ஏற்கனவே தட்சசீலம், நாளந்தா, விக்ரமசீலம், தரணிக்கோட்டம், வாரணாசி, நவதீபம் ஆகிய இடங்கள் கல்விமையங்களாக விளங்கின என்பதையும் இராதாகிருஷ்ணன் தம் உரையில் குறிப்பிட்டிருந்தார்:

> "ஆசிரியர்களும் மாணவர்களும் நிறைந்திருந்த அக்காலப் பல்கலைக் கழகங்கள் கல்வியில் முழு நிறைவு பெற்றிருந்தன. நாட்டின் சிந்தனை மேம்பாட்டையும் உணர்வையும், கருத்துருவங் களையும் வளப்படுத்துவதற்கு இத்தகுக் கல்வி நிறுவனங்கள் காரணமாயிருந்தன. கருத்துருவங்களின் பொதுமையிலும் அடிப்படையான சிந்தனைகளிலும் குறிக்கோள்களிலும் ஒத்திருக்கும் மனப்பாங்கை வளர்க்கும் கல்வியை உருவாக்கு வதில் இவை பெரும்பாங்காற்றின. மாறிவரும் இன்றைய உலகில், சிந்தனைகளாலும் குறிக்கோள்களாலும் நிறைந்த இந்த உலகத்தில் பல்கலைக்கழகங்களே தலைமை தாங்குகின்றன."

ஆசிரியரையும் கல்வித் தொழிலையும் தொடர்பு படுத்தும் ஒழுக்கங்களும் மதிப்புகளும் தேய்ந்துபோய் இற்றுவிடுவதை இராதாகிருஷ்ணன் கண்டார். பல்கலைக்கழகங்கள் தன்னாட்சி உரிமையின்றி அல்லலுறுகின்றன. தன்னாட்சி உரிமையின்றிப் பல்கலைக்கழகங்கள் முன்னேற்றமடையா. இந்தச் சூழ்நிலையில் ஆந்திரப் பல்கலைக்கழகத்தின் முதல் துணைவேந்தராக ஐந்தாண்டுக் காலம் பணியாற்றும் நல்வாய்ப்பை இராதாகிருஷ்ணன் பெற்றார். அவர் வால்டேரில் தங்கியிருந்த காலத்தில் பல்கலைக்கழகத்தின் அனைத்து வளர்ச்சியிலும் கவனம் செலுத்தினார். எதிர்கால நோக்கோடு கல்வி முறையை அணுகும் இராதாகிருஷ்ணனோடு சேர்ந்து பணியாற்றத் திறம்மிகு இளைய ஆசிரியர் குழு ஒன்று அமைந்தது. அவர்களுள் ஹுமாயூன் கபீர், ஹிடோன் முகர்ஜி, டி.ஆர். சேசாத்திரி ஆகியோர்

குறிப்பிடத்தக்கவர்களாவர். கல்வியாளர்களை நியமனம் செய்வதில் ஒருபாற்கோடாத நேர்மையையே இவர் உறுதியுடன் பின்பற்றினார். இதனால் பல்கலைக்கழகத்தில் அறிவொளி ஒளிர்ந்தது.

புதிதாகத் தோன்றித் தளிர்நடை போடத் தொடங்கிய இப் பல்கலைக்கழகம் மாணவர்கட்கு இந்தியாவில் பெருமைமிகு பண்டைய மரபுகளை உணர்த்த வேண்டும் என்று பட்டமளிப்பு விழா உரையில் இராதாகிருஷ்ணன் அறிவுறுத்தினார். இதன் வாயிலாகத்தான் மாணவர்கள் இந்தியாவில் புதிய மறுமலர்ச்சியை ஏற்படுத்த முடியும் என்று அவர் கருதினார். இதனால் அவரைப் பிற்போக்கானவர் எனக் கருதலாகாது. உயர்ந்த உணர்திறமும் விரிந்த உள்ளத்துடன் கூடிய ஈடுபாடும் குறிக்கோளுடன் கூடிய படைப்பாற்றலும் இதன் வழி மாணவர்கள் பெறுவர் என்பதே இவரது நோக்கமாக இருந்தது.

> "பாதுகாத்தலுடன் கூடிய பண்டை ஆக்கக் கருத்துகளைப் பிற்போக்குவாதிக்கும் முற்போக்காளர்களுக்கும் இடைப்பட்ட நிலை என்று கூறலாம். சுமார் நான்காயிரம் அல்லது ஐயாயிரம் ஆண்டுகட்கு முந்திய சிந்து சமவெளி நாகரிகத்திலிருந்து இன்றுவரை இந்தியப் பண்பாட்டை நாம் ஆராய முற்பட்டோமெனில், காலத்திற்கேற்ற தேவைகளுக்கேற்ப அது வளைந்து கொடுத்த பண்பினைத் தொடர்ந்து காண முடியும். சில வேளைகளில் காழ்ப்பின்றியும் வேறு சில வேளைகளில் முன்பின் யோசியாமலும் பிற பண்பாடுகளின் நம்பிக்கைகளையும் கருத்துகளையும் இந்தியச் சமயம் ஏற்றுக் கொண்டது. பிற பண்பாடுகளில் காணப்படும் கருத்துகளைத் தன்னுடைய தேவைக்கேற்றவாறு மாற்றியமைத்துக் கொண்டதால் இந்திய பண்பாடு பெருமையுறவில்லை. இந்த உணர்வை நாம் மனத்திற் கொண்டோமெனில் வருங்காலத்தை நம்பிக்கையுடனும் ஆற்றலுடனும் நாம் எதிர்கொள்ள முடியும்."

இந்தியாவின் பழம்பண்பாட்டைப் போற்றும் அதே நேரத்தில் அறிவியல்-தொழில்நுட்ப யுகத்தின் இன்றியமையாமையையும் அவர் மறுக்கவில்லை. இந்த அறிவியல் தொழில்நுட்ப உணர்வை நம் பண்பாடு அடிப்படையாகக் கொள்ளவில்லை என்பது உண்மையாக இருக்கலாம். ஆனால், அதன் ஆற்றலை நம் பண்பாடு மறுக்கவில்லை. எனவே, முன்னேற்றமடையாத இந்தத் துணைக் கண்டத்தில் வாழ்கின்ற லட்சக்கணக்கான மக்களுக்கு அறிவியல் தொழில்நுட்ப உணர்வையும் பயனையும் அளிப்பதற்குப் பல்கலைக்கழகங்கள் பாடுபட வேண்டும் என்று இராதாகிருஷ்ணன் வலியுறுத்தினார்:

> "ஆன்மிகத்தால் வளர்ச்சி பெற்ற சமுதாயத்தில் கை வண்டியிழுப்பவர்களும் ரிக்ஷா வண்டி இழுப்பவர்களும் வறுமையில் வாழ்பவர்களும் நோயில் உழல்பவர்களும்தான் அடங்கியிருப்பார்கள் என்று எண்ண வேண்டியதில்லை; மாணிக்கக் கற்களைக் காட்டிலும் ஞானம் உயர்ந்தது; அறிவுத்திறம் மிக்கவர்கள் எத்தகைய இடுக்கண் வந்துற்ற போதிலும் அதனை இன்முகத்தோடு ஏற்றுக் கொள்வார்கள். வறுமையும் நோயுமே ஆன்மிகத்தை நாடுவதற்கு நம்மைத் தூண்டுகின்றன என்று சொல்லப்படுகிறது. ஏழ்மை நிலையால் ஆன்மிக உணர்வு தானாக ஏற்படுகின்றது என்றாலும், அதீத வறுமைக்குச் சோம்பலும் தோல்வியுமே காரணங்களாகின்றன. மனிதர்கள் உயர்நலத்தை முயன்றடைவதற்கு உரிமையுள்ளவர்களாவர் என்று நமது தத்துவம் சொல்கிறது."

ஸ்ரீ அரவிந்தர் 'ஆர்யா' இதழில் எழுதிய கட்டுரையொன்றினை இராதாகிருஷ்ணன் தாம் 1931இல் எழுதிய 'இந்தியத் தத்துவம்' என்ற நூலில் எடுத்துக் காட்டியுள்ளார்:

> "உபநிடதங்கள் காலத்திலோ, புத்தரின் காலத்திலோ அல்லது பின்னர்த் தோன்றிய இதிகாச காலத்திலோ வாழ்ந்த இந்தியன் ஒருவன், இன்று வாழ்ந்திருப்பானேயானால், தன்னுடைய இனம் பண்டைய மரபுகளின் மேலோடுகளிலும் குப்பைகளிலும் தொற்றிக் கொண்டிருப்பதைக் காண்பான். அதனுடைய உயர்வான பொருளில் பத்தில் ஒரு பகுதியைக்கூட அவனால் இன்று அறியவியலாது. உண்மையை அவன் அறிவானேயானால் தன்னுடைய இனம் இதுவரை அறிவு வறுமையில் வாடியதையும் சோம்பியிருந்த தையும் சொன்னதையே திரும்பத் திரும்பச் சொல்லியதையும் அறிவியலை வெறுத் தொதுக்கியும், கலையுணர்வில் வறண்டிருந்ததையும் அறிந்து அவன் திகைத்திருப்பான்."

இதனால் அறிவியலையும் மனிதப் பொதுமை நல இயலையும் பிரித்துத் தனித்தனிக் கூறுகளாக்கும் வேறுபாடுகளை உடைத்தெறிந்து இரண்டும் இணைந்த முழுமையான கல்வியை அளிக்க வேண்டும் என்று இராதாகிருஷணன் விரும்பினார். அவர் துணைவேந்தராகப் பொறுப்பேற்றதால், அவருடைய இலட்சியங்கள் செயல்வடிவம் பெறுவதற்கு நல்லதொரு வாய்ப்பாயிற்று. எனவே, தனிச்சிறப்பு வாய்ந்த கல்வியையும் முதுகலைக் கல்வியையும் பல்வேறு துறைகளில் அளிக்க வகை செய்தார். அறிவியற் கல்விக்குப் புகழ்பெற்ற அறிவியலறிஞர் சி.வி.இராமன் பாடத்திட்டம் வரைந்தார். தொழில்நுட்பக் கல்விக்கு எம். விஸ்வேஸ்வரய்யா பாடத்திட்டம் தயாரித்தார். அறிவியற் கல்விக்கும் மனிதப் பொதுமை நலவியற் கல்விக்கும் பல பெரிய கட்டிடங்களும்

நூலகக் கட்டிடங்களும் மாணவர் விடுதிகளும் எழுந்தன. தெலுங்கில் அறிவியற் கட்டுரைகளை எழுதுவதையும் படைப்பிலக்கியப் பயிற்சியையும் இராதாகிருஷ்ணன் ஊக்குவித்தார்; அறக்கட்டளைச் சொற்பொழிவுகளுக்கு ஏற்பாடு செய்தார். இத்தகுச் சொற்பொழிவு ஒன்றினை ரவீந்திரநாத் தாகூரும் ஒருமுறை வழங்கியதோடு, ஒரு நாட்டிய நாடகத்தையும் இயக்கினார். பல்கலைக்கழகத்தின் செயற்றிறம் கண்டு, நிதிகள் குவிந்தன. ஆனாலும் பல்கலைக்கழகத்தின் வேந்தர் மற்றும் அரசாங்க உயரதிகாரிகளின் ஒப்புதலைப் பெற்றே இராதாகிருஷ்ணன் அந்நிதிகளை ஆக்கப் பணிகளுக்குப் பயன்படுத்தினார். இதனால் பல்கலைக்கழக நிர்வாகத்திற்கும் ஆட்சியாளர்களுக்கும் சுமுகமான உறவு தொடர்ந்தது. உலக அளவில் இராதாகிருஷ்ணன் புகழ் பெற்றிருந்ததால் அரசாட்சிக்குரியவர்களிடமிருந்தும் அரசர்களிடமிருந்தும் நிதிகள் தாராளமாகவும் ஏராளமாகவும் வந்து குவிந்தன. இவற்றுள் ஜெய்ப்பூர் அரசரிடமிருந்து வந்த நிதியுதவி குறிப்பிடத் தக்கதாகும். இவர் இப்பல்கலைக்கழகத்தின் அறிவியற் கல்லூரியை நீண்ட நாட்களுக்குத் தொடர்ந்து புரந்து வந்தார்.

பல்கலைக்கழக நிர்வாகப் பொறுப்பிலிருந்து விலகி, தத்துவத் துறையில் தொண்டினைத் தொடர்வதற்காக இவர் ஆக்ஸ்போர்டு பல்கலைக்கழகத்தில் ஸ்பால்கேப் இருக்கைக்குப் பேராசிரியராகச் சென்றார். ஆனால், 1939இல் இரண்டாம் உலகப் போர் மூண்டதும், அவர் மீண்டும் இந்தியாவிற்குத் திரும்ப வேண்டியதாயிற்று. இந்தியாவிற்குத் திரும்பியதும், பனாரஸ் இந்துப் பல்கலைக்கழகத்தின் துணைவேந்தராக அமர்ந்தார். அப் பல்கலைக் கழகத்தின் நிர்வாகத்தில் ஆட்சிக் குழுவினருக்கும் அரசுக்கும் இருந்த கருத்து முரண்பாடுகளைத் தவிர்க்க முயன்றார். நாட்டின் விடுதலைக்காக மாணவர்கள் கிளர்ந்தெழுந்த போது, அரசாங்கம் பல்கலைக்கழக வளாகத்திற்கு ராணுவத்தை அனுப்பி, மாணவர்களை அடக்க முயற்சித்தது.

ஆனால், இராதாகிருஷ்ணன் நாட்டுப்பற்று மிக்க மாணவர்களின் சார்பாக நின்று, ராணுவம் பல்கலைக் கழகத்திற்குள் வருவதைத் தடுத்துவிட்டார். பல்கலைக் கழகத்திற்குத் தன்னாட்சி அதிகாரம் வேண்டும் என்று கல்கத்தாப் பல்கலைக்கழகத்தின் துணைவேந்தரானது முதல் இராதாகிருஷ்ணன் அரசுடன் போராடிச் செய்துவந்த முயற்சி இங்கு முன்னிலும் முனைப்பானது. அதே நேரத்தில் தேசியத் தலைவர்களாக விளங்கிய மகாத்மா காந்தியிடமும் ஜவகர்லால் நேருவிடமும் மிகுந்த மதிப்பும் மரியாதையும் கொண்டிருந்தார். 1942இல் பல்கலைக்கழகத்தில் வெள்ளிவிழாவை யொட்டி நடைபெற்ற சிறப்புப் பட்டமளிப்பு விழாவில் மகாத்மா காந்தியைத் தலைமை விருந்திரனராகக் கலந்துகொள்ளும்படி இராதாகிருஷ்ணன் அழைத்திருந்தார். இவரது நாட்டுப்பற்று இன்னும்

ஆழங்கொண்டு, ஜவகர்லால் நேரு, இராஜேந்திர பிரசாத் போன்ற தேசியத் தலைவர்கட்குச் சிறப்புப் பட்டங்களை வழங்கிக் கௌரவித்தது.

இந்தியா சுதந்திரம் பெற்றதும் பல்கலைக்கழக ஆய்வுக் குழுவுக்கு இராதாகிருஷ்ணனைத் தலைமை வகிக்குமாறு பிரதமர் ஜவகர்லால் நேரு கேட்டுக்கொண்டார். இக்குழுவில் ஜாகிர் உசேன், ஆர்தர் மோர்கன், டர்காம் (Durham) பல்கலைக்கழகத்தின் துணைவேந்தர் ஜேம்ஸ் டஃப் ஆகியோர் இடம் இடம்பெற்றிருந்தனர். இப்பல்கலைக்கழக ஆய்வுக் குழுவின் அறிக்கை, 'கல்வி'யைப் பற்றிய நூல், 'அரசியலும் போரும்' என்ற தலைப்பில் அமைந்த நூல், பட்டமளிப்பு விழா உரைகள் ஆகியவை இராதாகிருஷ்ணன் கல்விச் சிந்தனைக்குச் சான்று பகரும் பதிவுகளாக விளங்குகின்றன.

விடுதலை பெற்ற இந்தியாவின் உயர்கல்வி வளர்ச்சியையும் சீரமைப்பையும் நோக்கி வரையப்பட்ட அடிப்படை வரைவு என்று இராதாகிருஷ்ணன் குழுவின் கல்வி அறிக்கையைப் பேராசிரியர் ரமேஷ் மோகன் பாராட்டுகிறார். கல்வி பற்றி இந்தியாவில் வழங்கப்பட்ட முதல் அறிக்கை இது என்பதும் குறிப்பிடத்தக்கது. பொது முறையிலான கல்விக்கும் தொழில்முறை சார்ந்த கல்விக்கும் வாழ்க்கைக் கல்விக்கும் சம வாய்ப்பளித்து அனைவருக்கும் இக்கல்விகளை அளிக்க வேண்டும் என்ற நோக்கத்தில் கல்வி முழுமைப்படுத்த வேண்டும் என்று இராதாகிருஷ்ணன் அந்த அறிக்கையில் குறிப்பிட்டிருந்தார். சிக்கல்களுக்கு எளிமையான சில முடிவுகளைச் சுட்டிக் காட்டுவதுடன் நின்றுவிடாது, அரசியல், நிர்வாகம், வணிகம் ஆகிய பல நிலைகளையும் சுற்றி வருவதாகக் கல்வி அமைய வேண்டும் என்றும் அவ்வறிக்கையில் சுட்டிக்காட்டப்பட்டது. உயர் கல்வியை அளிக்கும் கல்வியாளர்களே, எதிர்காலப் புதிய இந்தியாவை உருவாக்குவதில் பொறுப்பானவர்கள் என்றும் அவ்வறிக்கையில் தெரிவிக்கப்பட்டிருந்தது:

> "தற்காலத்தில் நம்மைப் பிணித்திருக்கும் குழப்ப நிலைகளை எதிர்த்துப் போராடி அவற்றை வெல்ல வேண்டுமென்றால் அவ்வப்போது, தோன்றி கருத்துகளைச் சொல்லி மறைந்து விடுபவர்களின் வழி காட்டுதலை மட்டும் நம்பியிருந்தால் போதாது. ஆற்றல்மிகு எழுத்தாளர்களையும் அறிவியல் வல்லுநர்களையும் கவிஞர்களையும் கலைஞர்களையும் புதியன கண்டுபிடிப்பவர் களையும் மறைந்துள்ளவற்றைத் தேடி அறிபவர்களையும் நம்புதல் வேண்டும். இப்படிப்பட்டவர்களை அறிந்து அவர்களுக்கு இந்தியாவின் உள்ளார்ந்த வாழ்வுக்குப் புகழிடங்கள் போன்று விளங்கும் பல்கலைக்கழகங்களில் பயிற்சிகள் தருதல் வேண்டும்."

கற்பித்தலும் ஆராய்ச்சியும் ஒன்றோடொன்று இயைந்து செல்ல வேண்டும். கல்விநிலைச் சிக்கல்கள், சமுதாயச் சிக்கல்களோடு தொடர்புடையவை என்பதை உணர்தல் வேண்டும். பொருளாதாரத் தேவைகளோடு, ஆன்மிக நாட்டமும் ஒரு நாட்டிற்கு மிகத் தேவை என்பதை அறிய வேண்டும் என்பது போன்ற கருத்துகளை இவ்வறிக்கை எடுத்துச் சொல்லியது. வேளாண்மை, வணிகவியல், கல்வியியல், வணிக ஆளுமையியல், பொது ஆளுகை மற்றும் தொழில் உறவுகள், சமயக் கல்வி ஆகிய கல்விகளைப் பல்கலைக்கழக அளவில் அளிக்க வேண்டும் என்று தொலைநோக்கு உணர்வோடு இவ்வறிக்கைச் சுட்டிக் காட்டியது. அந்தந்தப் பகுதிகளில் வழங்கும் தாய் மொழியிலேயே பல்கலைக்கழகக் கல்விகளை வழங்குவது சிறந்தது என்று ஆய்வறிக்கை முதன் முதலாகத் துணிச்சலோடு எடுத்துக் கூறியது. ஆனால், பிற நாடுகளோடு போட்டிபோடக் கூடிய ஆங்கில அறிவை அதற்காக இழந்துவிடக்கூடாது என்றும் அவ்வறிக்கைக் குறிப்பிட்டது:

> “ஆங்கிலப் படிப்பு தொடர்ந்து இருக்க வேண்டும். அம்மொழி இலக்கியவளமும் மனிதநேயப் பண்பும், அறிவியல் திறமும் தொழில் நுட்பத் திட்பமும் கொண்டது. உணர்ச்சிகளுக்குத் அடிமையாகி, ஆங்கிலத்தை நாம் விட்டொழித்தோமெனில் என்றென்றும் வளர்ந்து வருகின்ற அறிவெனும் வாழ்க்கை உயிர்ப்பிலிருந்து நம்மை நாமே வெட்டிக் கொண்டவர்கள் ஆவோம். நம்மைப் பிற நாடுகளிலிருந்து தனித்துப் போய்விடுவதை நம்முடைய ஆங்கில அறிவே தடுத்து நிறுத்துகிறது. ஆங்கில அறிவை நாம் விட்டொழித்தோமெனில், அறியாமையெனும் கரிய திரையைப் போட்டு நம்மை நாமே மூடிக்கொண்டவர்கள் ஆவோம்.”

அவ்வறிக்கையில் சுட்டிக் காட்டப்பட்ட தேர்வுச் சீர்திருத்தங்களுள், பாடப் புத்தகங்களிலிருந்து வேறுபட்டு, மாணவர்களின் புறச்சிந்தனையைத் தேர்வு செய்யும் முறையைப் பரிந்துரை செய்துள்ளதைக் குறிப்பிட்டுக் கூறலாம். காலம்செல்லச் செல்ல அரசுப் பணிகளுக்கும் பல்கலைக்கழகம் அளிக்கும் கல்விக்கும் தொடர்பிருக்காது என்று இவ்வறிக்கைச் சுட்டிக் காட்டியது. பல்கலைக்கழக அமைப்பில் மையபுள்ளியாகத் திகழ்பவர் பேராசிரியர் ஆவார் என்பதை இவ்வறிக்கை நிறுவியுள்ள திறம் சுவை பயப்பதாகும்:

> “பல்கலைக்கழக ஆசிரியர்களின் படிநிலை அவர்களது அனுபவம், அறிவுத்திறம், ஆய்வு, கற்பிக்கும் திறன் ஆகியவற்றின் அடிப்படையில் தீர்மானிக்கப்படுகிறது. ஆசிரியர்களின் உயர்படி நிலையான பேராசிரியர்ப் பதவியிலிருப்பவர் இவையனைத்தையும் உயர்நிலையில் கொண்டிருப்பவராகத் திகழ்தல் வேண்டும்.

பொதுவாகப் பேராசிரியர் என்பவர் உயர் கல்வியைக் கற்பித்தலில் பல்லாண்டுகள் அனுபவம் வாய்ந்தவராக இருப்பார். தம் அனுபவத்தின் வாயிலாகத் தம் அறிவுத் திறத்தை மெய்ப்பித்தவராக இருப்பார். இவர் ஒரு துறையில் மட்டும் குறுகிய ஆய்வுப் புலம் உள்ளவர் அல்லர். பல்துறைப் புலமையோடு, விரிந்த பார்வையும் நாட்டமும் கொண்டிருப்பார். இத்தகையப் பல்துறைப் புலமையாலும் விரிந்த பார்வையாலும் தம்முடன் பணியாற்றும் துறையினர்க்கு எடுத்துக்காட்டாகவும் தூண்டுணர்வாகவும் விளங்குவார். கல்விப் புலத்தில் ஏற்படும் சிக்கல்களுக்கு எளிதில் தீர்வு காண்பவராகத் திகழ்வார். அறிவின் வளர்ச்சியிலும் முன்னேற்றத்திலும் அக்கறை காட்டுபவராக இருப்பதும் வேண்டற்பாலதாகும். தன்னுடைய துறையில் அண்மைக் கால வளர்ச்சிகளை அறிந்து கொள்வதுடன், அறிவுத்தாகம் கொண்டோரை முன்னேற்றத்திற்கு அழைத்துச் செல்லும அறிவுவாணர்களுக்குத் தலைவராகவும் அவர் இயங்க வேண்டும்.''

இந்த அறிக்கை தற்காலத்திற்கு மிகவும் இன்றியமையாத இட ஒதுக்கீடு பற்றியும், பெண்கல்வி மற்றும் கிராமியப் பல்கலைக்கழகங்கள் குறித்தும் கருத்துகளைத் தெரிவித்துள்ளது. பல்கலைக்கழகங்கள் போன்ற உயர் கல்வி நிறுவனங்களின் நிதிநிலைகளைச் சீராக்குவது பற்றியும் இவ்வறிக்கை பரிந்துரை செய்தது.

"உயர்கல்வி நிறுவனங்களுக்கும் இன்றியமையாத முழுச் செலவுகளையும் ஏற்கக்கூடிய வாயில்கள் எதுவும் புலப்படவில்லை. அடிப்படைக் கல்வியளிக்கவும் மேல்நிலைக் கல்வி மற்றும் தொழில் நுட்பக் கல்வியளிக்கவும் நிதி நிலையால் தடுமாறும் பள்ளிகள் போலவே உயர் கல்வி நிறுவனங்களும் நிதிப் பற்றாக் குறையால் தள்ளாடுகின்றன. இதைத் தவிர்ப்பதற்கு மத்திய அரசு தாராளமாக நிதி உதவி செய்ய வேண்டும். இத்தகு நிதி ஆதாரத்தை மத்திய அரசு இயந்திரத்தனமாகவோ, கண்ணை மூடிக் கொண்டோ அளிக்கக் கூடாது. இதற்காகப் பல்கலைக்கழக நிதி நல்கைக்குழு என்ற ஒரு மைய நிறுவனம் செயல்படவேண்டும். பல்கலைக்கழகங்களுக்காக மத்திய அரசு தரும் நிதி ஆதாரங்கள் இவற்றின் வாயிலாக ஒதுக்கீடு செய்யப்படவேண்டும்.''

நிதி ஆதாரங்களை மத்திய அரசு நல்குவதால், பல்கலைக் கழகங்கள் தன்னாட்சியை இழந்துவிடும் என்று சொல்லமுடியாது. இந்த அறிக்கை இதைத் தெளிவுபடுத்தியுள்ளது.

"உயர்கல்வி அளிப்பது என்பது அரசின் கடமை. ஆனால், பல்கலைக்கழகம் அளிக்கும் கல்வி முறையையும் கல்விக் கொள்கையையும் அரசின் உதவிகள் கட்டுப்படுத்தும் எனச் சொல்லவியலாது. ஏனெனில் அறிவுத்திறத்தின் முன்னேற்றம் எப்போதும் சுதந்திரமாகச் சிந்திக்க வேண்டும் என்ற உணர்வை வளர்த்து வருகிறது. மேலும், உண்மையைத் தேடி அறிவதும் அந்த உண்மையை நடைமுறைப்படுத்துவதும் பல்கலைக் கழகங்களின் வேட்கையாகவும் உள்ளார்ந்த உணர்வாகவும் திகழ்கிறது."

இராதாகிருஷ்ணன் கல்வியைப் பற்றிப் பேசும் போதெல்லாம், அதை விலை கூவி விற்கும் சிறுவகைப் பொருளாகக் கருதுவோரினும், மிக மேம்பட்டு, உயர்நிலையில் வைத்தே பேசினார். இது படிப்படையாக அறிவுறுத்தும் அவருடைய இலட்சியச் சிந்தனையைச் சுட்டுவதாக உள்ளது என்று அவரைப் பின்பற்றுவோர் கூறுகின்றனர். கல்வி என்பது சமூகத் தகுநிலையை உயர்த்திக் கொள்வதற்காகவோ, அலுவலகப் பணிக்காகவோ ஏற்பட்ட கடவுச் சீட்டல்ல. கல்வி, வாழ்க்கையை நெறிப்படுத்த வேண்டும்; மனிதரை மேம்படுத்துமாறு உள்ளொளியை ஊட்ட வேண்டும். இதன் வழியாகச் சமய நெறிப்பட்ட மனிதன்-இராதாகிருஷ்ணன் கண்ட இலட்சிய மனிதன் உருவாவான். மனிதரின் ஆன்மாவைப் புதுப்பிக்கின்ற நெறியாகக் கல்வியைக் காண்கிறார் இராதாகிருஷ்ணன். முறையாக அளிக்கப்படும் கல்வி, மனிதரின் உள்ளத்தில் நுழைபுல ஆற்றலைக் கூட்டுவிக்கும். இந்த ஆற்றலில் அதிகாரப்பூர்வமான சமயக் கருத்துகளை ஒதுக்கிவிட்டு மெய்யான சமய ஆன்மிகத்தை ஊற்றுக் கண்ணாக உருவாக்கும். இராதாகிருஷ்ணன், 'கல்வி', 'அரசியலும் போரும்', என்ற நூல்களில் இக்கருத்துகளைப் பின்வருமாறு நிறுவுகிறார்:

"ஒருவனுடைய மனம் அமைதியாகவும் நுழைபுலத் திறமுடைய மெய்மையைத் தேடுவதாகவும் விளங்குபோது, அதுவே கல்வியின் எல்லை என்று கருதப்படுகிறது. மெய்ம்மையைத் தேடி ஒளிரும் உள்மனத்தை ஜெர்மானிய மனம் என்றோ, பிரெஞ்சு நாட்டைச் சேர்ந்த மனம் என்றோ பிரிவினை பாராட்டலாகாது. போர் வீரனாகவோ, பாதிரியாராகவோ, பசியில் வாடும் கடைத்தர வகுப்பினராகவோ, மத்திய தர வர்க்கத்தினராகவோ பார்க்கலாகாது; உண்மையில் இந்த உலகத்தில் நிலையான மெய்ம்மையை ஒவ்வொரு மனிதனிலும் தேடிப்பார்க்க வேண்டும். இந்த உலகத்து மனிதர்களின் மனம் அனைத்துமே குழந்தையின் மனம் போன்று காணப்படுகின்றது. இந்தக் குழந்தை மனத்தின் எதிர்பார்ப்புகளையும் நோக்கங்களையும் நிறைவு செய்வதாக நமது கல்வி இருத்தல் வேண்டும்."

இந்தியாவின் பண்டைய மெய்யியற் கல்வி தற்காலத்திற்கு மிகச் சரியான கல்வி என்பதை இராதாகிருஷ்ணன் கண்டறிந்தார். நூல்களைக் கற்றறிவது மட்டும் போதாது. மாணவன் தன்னைத் தானே உணர்ந்துகொள்ளும்போதுதான் கல்வி நிறைவு பெறுகிறது என்று அவர் கருதினார். ஒரு மனிதனைக் கல்வியால் நிறைவடையச் செய்து, தன்னைத் தானே அறிந்துகொள்ளும் மனிதனாக மாற்றும் திறம் ஆசிரியருக்கே உண்டு என்று இராதாகிருஷ்ணன் விளக்கினார்:

> "எந்தப் பிரிவைச் சார்ந்தவனாயினும் எந்த இனத்தைச் சார்ந்தவனாயினும் கடவுளை ஒவ்வொரு மனிதனிடமும் காணலாம் என்று சமயம் சொல்கிறது. ஒவ்வொரு மனிதனும் தன்னை அறிந்து கொள்வதில்தான் இத்தகு இயல்பினைப் பெறுகின்றான். பிறரது அறிவைக் கொண்டு மனிதன் உருவாவதில்லை; புத்தராயினும் கிறித்துவாயினும் தாங்கள் உணர்ந்த உண்மைகளைக் கூறினார்களேயன்றி, பிறரது கருத்துகளை எடுத்துச் சொல்லவில்லை. உண்மையான மெய்யுணர்வு என்பது சமயப் பிரிவுகளையெல்லாம் கடந்தது. அது உலகத்துப் பொருட்கள் அனைத்திலும் மனித நேயத்தையும் மெய்யுணர்வையும் காட்ட அவாவுகிறது. மெய்யுணர்வு பற்றிய விழிப்புணர்வும் சமுதாய நல்லிணக்கமும் சுதந்திரச் சமுதாயத்தின் இரு பக்கங்கள் எனலாம். மனிதனை நேசிக்க வேண்டும் என்ற உணர்வும் ஒவ்வொரு மனிதனிடத்திலும் வளர வேண்டும். மனிதனின் மதிப்பும் மெய்யுணர்வின் பெருமையும் உலகில் அடிப்படை ஆற்றல்கள் என்ற உண்மையை ஒவ்வொரு இளைஞனின் இதயத்திலும் எழுப்ப ஆசிரியர்களாலேயே முடியும். இதுதான் ஒருவரையொருவர் தழுவி வாழுகின்ற உலகத்தின் அனைத்துலகப் பயன்பாடு என்று கருதப்படுவது."

* * *

9. அரசியல் மேதை

இராதாகிருஷ்ணனிடம் விளங்கித் தோன்றிய பன்முக ஆற்றல்களுள், அவர் தத்துவவாதியாகவும் அரசியல் மேதையாகவும் திகழ்ந்ததையே மக்கள் பெரிதும் விரும்பினர். பிளாட்டோவின் இலட்சியங்கள் உண்மை வடிவம் கொண்டது போன்றே அவர் காணப்பட்டார். உலகந்தழுவிய நோக்கு அவரிடம் அடிப்படையாகக் குடிகொண்டிருந்தது. அவர் சிறிது காலம் ஆக்ஸ்போர்டில் தங்கியிருந்தபோது மான்செஸ்டரிலும் இலண்டனிலும் ஆற்றிய ஹிபெர்ட் சொற்பொழிவுகளில் (Hibbert Lectures) இந்தியாவின் பணித் துறை சாராத பண்பாட்டுத் தூதவராகவே தோன்றினார். கூட்டு நாடுகளின் சார்பாக 1930இல் கூட்டப் பெற்ற அனைத்துலக அறிவாண்மையர்கள் கூட்டுறவுக் குழுவில் இந்தியாவின் சார்பாகக் கலந்து கொண்டார். இந்தியா விடுதலையடைந்த பின் மாஸ்கோவுக்குத் தூதராக நியமிக்கப்பட்டார். இந்தியாவின் துணைக் குடியரசுத் தலைவராகவும் பின்னர்க் குடியரசுத் தலைவராகவும் உயர்ந்தார்.

இது போன்ற பதவிகளெல்லாம் ஒருவரது அரசியல் திறத்திற்காகக் கொடுக்கப்படுவதன்று; தொலைநோக்குடைய அரசியல் மேதைகளுக்கே நல்கப்படுவது. வாழ்நாளில் தான் பெற்ற பதவிகளின் மூலம் இராதாகிருஷ்ணன் வியக்கத்தக்க அளவுக்குப் பயிற்சிகளைப் பெற்றார். அக்காலத்தில் வெற்றிகரமான துணைவேந்தராகச் செயல்படுவதென்பது இலகுவானதன்று. மக்களோடு நல்லுறவை ஏற்படுத்திக் கொள்வதில் உள்ள திறமை இத்தகுப் பதவிகளில் பெரிதும் வேண்டப்படுகிறது. உலக இலக்கியத்திலும் தத்துவத்திலும் இராதாகிருஷ்ணன் புலமை பெற்றிருந்தார். இந்தப் புலமையைப் புதுமை நாட்டத்தோடு அவர் இணைத்துப் பார்த்தார். இவையனைத்தையும் ஒருங்கிணைத்து உலகந்தழுவிய நோக்கினை அவர் வளர்த்தார்.

இத்தகு நோக்கே, தலைமை நிலைகளிலிருந்து அவர் ஆற்றிய பணிகளுக்கு வெற்றியைத் தேடித் தந்தது. சிறந்த தத்துவலியலாளராகவும், உலகத்துத் தத்துவங்கள் மற்றும் சமயங்களின் வரலாற்றாசிரியராகவும் விளங்கிய இராதாகிருஷ்ணனுக்கு உலக ஒருமைப்பாட்டை நோக்கிய தம்முடைய இலட்சியங்களைச் செயல்முறைப்படுத்துவதற்கு அரசின் உயர்நிலையில் இருந்தது நல்ல வாய்ப்பாக அமைந்தது. ‘இந்துஸ்தானத்தின் இதயம்’, ‘இந்தியாவும் சீனாவும்’, ‘இதுவா அமைதி?’, ‘கிழக்கும் மேற்கும்: சில பட்டறிவுகள்’ (The Heart of Hindustan, India and China, Is this Peace? East and West: Reflections) ஆகிய நூல்களில் காணப்படும் பல கருத்துகள் உலக அரசாட்சியையும் உலக ஒருமைப்பாட்டையும் வலியுறுத்துகின்றன.

உலக ஒருமை பற்றிப் பேசுவதற்கு முன்னால் தங்களுடைய சொந்த நாட்டின் ஒருமைப்பாட்டை உணர்ந்துகொள்வது அவசியமாகும். 'இந்துஸ்தானின் இதயம்' என்ற நூல் இந்துத்துவம், இஸ்லாம், கிறித்துவம், புத்த சமயம் ஆகியவற்றின் இயல்பை நமக்குத் தெளிவாக்குகிறது. ஏனெனில் இந்தச் சமயங்கள் இந்தியாவின் 'ஆரிய சம்பத்து' என்ற பாரம்பரிய உணர்வின் ஊடிழைகளாக விளங்குகின்றன. இவை நம் நாட்டின் இதயத் துடிப்புகள் போன்றவை; உலகத்தின் ஒத்திசைவுப் பண்புக்கு குத்தப்பட்ட முத்திரையைப் போன்றவை "எல்லாச் சமயத்தையும் இந்தியா ஏற்றுக்கொண்டது.

ஏனெனில் மலையின் உச்சியில் மேகமூட்டம் சூழ்ந்தது போன்று மங்கலாக தெரிகின்ற ஆன்மிக மெய்யுணர்வினை அடையும் வழிகள் பலவாயினும் அவ்வுணர்வு ஒன்றேயாக விளங்குகிறது என்பதை இந்தியத் தாய் அறிவாள்." வாழ்க்கையை அறத்தின் பாற்படுத்தும் தரும நெறியை அடிப்படையாகக் கொண்டே இந்துத்துவம் வளர்ந்தது என்பதையும் அறிதல் வேண்டும்.

மற்றெந்த புறச் சமயங்களைக் காட்டிலும் இஸ்லாமியச் சமயமே இந்திய மண்ணில் தொடர்ந்து வாழ்வதற்குரிய வாய்ப்புகளைப் பெற்றுள்ளது என்று இராதாகிருஷ்ணன் கருதினார். ஏனென்றால் இஸ்லாத்தில் காணப்படுகின்ற உயிர்போன்ற கருத்துகளெல்லாம் வேதாந்தங்களின் விரிவுரைகளில் காணப்படுகின்றன. மேலும் இஸ்லாத்தின் ஒரு பிரிவினரான சூஃபிகளின் கருத்துரைகளும் இதனை மேலும் வலியுறுத்துவதாக அமைகின்றன.

"மிகப் பரந்த மெய்யியற் சூழலின் அடிப்படையில் இஸ்லாமின் மீது வைத்துள்ள நம்பிக்கையை உண்மை நெறி நின்றும், உயர்நிலையிலும் உன்னத நிலையிலும் ஆய்வு செய்வதற்கு இந்திய முஸ்லீம்கள் உரிமையுடையவர்களாவர். ஏனெனில் இக்காலத்தில் அறிவிலிகளாலும் அரசியல்வாதிகளாலும் சமயக் கிறுக்கர்களாலும் கற்பிக்கப்படும் சமயப் பிரிவுகளிலிருந்து சமய நம்பிக்கை வேறுபட்டது என்பதை உணர்த்த வேண்டும். இந்தியாவில் வாழும் முஸ்லீம்கள் வழிவழியாக வந்த மரபுகளோடு தாங்கள் ஏற்றுக் கொண்ட நம்பிக்கையையும் இணைத்துப் பழமையும் புதுமையும் கலந்த இணைவை உருவாக்க வேண்டும். இதன் வழியாக நாகரிகத்தையும் பண்பாட்டையும் மேம்படுத்தும் வண்ணம் இஸ்லாத்தின் மறைக்கப்பட்ட உண்மைகளை வெளிப்படுத்தி அதன் நெறிப்படி நடக்க வலியுறுத்த வேண்டும். இத்தகுச் செயல்முறையே அழிவை நோக்கிச் சென்று கொண்டுள்ள இந்த உலகை உயிர்ப்பிக்க முடியும்: தேவையற்ற விவாதங்களைத் தவிர்க்க முடியும்."

இந்தியச் சிந்தனைக்கும் கிறித்துவக் கோட்பாட்டிற்கும் வேறுபாடில்லை என்பதை இராதாகிருஷ்ணன் கண்டறிந்தார். அறிவெல்லை கடந்த தத்துவத்தைப் பற்றி வேதாந்தங்கள் பேசுகின்றன; கடவுள் எளிதில் அணுகும் தன்மையன் என்று கூறுகின்றன; இந்தக் குறியீட்டுணர்வினைக் கிறித்துவ சமயத்திலும் காணலாம்.

> "கிறித்துவ சமயத்தில் கூறப்படும் மும்மைத் தத்துவம் இயேசுவை இறைவனோடு ஒன்றியவர் என்று அறிவுறுத்துவதற்காக மட்டும் ஏற்பட்டதன்று. பழைய ஏற்பாடு, கடவுளைப் பற்றிச் சொல்லும் ஒருபாற் சார்ந்த கருத்தினை மறுத்துரைப்பதற்காகவும் ஏற்பட்டது என்று சொல்லலாம். கடவுள் அணுகுதற்கரிய வெகு உயர்வான இடத்திலிருந்து ஆட்சி செலுத்துபவராக மட்டுமே காட்சியளிக்கிறார் எனக் கருதவியலாது: (The Father), அவர் அன்புடையோர் நெஞ்சங்களிலும் குடியிருக்கிறார் (The Son); உலக இயக்கத்தின் உள்ளார்ந்த தத்துவமாகவும் இருக்கிறார் (The Holy Spirit), நம்மால் உணரமுடியாதவாறு கடவுள் இந்த உலகைவிட்டு வெகு தூரத்தில் இருக்கிறார் என்பது தவறு. உயிர்களை உயர்த்துவதற்குக் களைப்பின்றி, தன்னுடைய எல்லையற்ற அன்பினை இயேசு ஒவ்வொரு உயிரின் மீதும் பொழிகிறார் என்றே கருதுதல் வேண்டும்."

நம் நாட்டில் தோன்றிய 'ஆரிய சம்பத்து'ப் பற்றித் தெரிந்துகொண்ட பின்னரேயே அண்டை நாட்டவரது சமய உண்மைகளை அறிவதில் நாட்டம் செலுத்தவேண்டும். பண்டைச் சீனப் பண்பாட்டில் இராதாகிருஷ்ணன் பேரார்வம் கொண்டிருந்தார். இந்தியாவும் சீனாவும் சிறந்த நண்பர்களாக முடியும் என்றும் அவர் கருதினார். இந்தியாவின் துணைக் குடியரசுத் தலைவராக இருந்தபொழுது இராதாகிருஷ்ணன் சீனாவுக்கு சென்று வந்தார். மிகப் பரந்த நாடான சீனாவின் அரசியல் அமைப்பு அவருக்கு மகிழ்ச்சியைத் தரவில்லை. குடியரசாட்சி முறைக்காக அயராது பாடுபட்டு வந்த இராதாகிருஷ்ணன் சீனாவில் விரைவில் தேர்தல் முறை அறிமுகப்படுத்தப்படவேண்டும் என விரும்பினார். இதுபோன்ற கருத்துகள் சீனத் தலைவராயிருந்த மாவோவுக்கு உடன்பாடில்லை. இருந்தாலும் இராதாகிருஷ்ணன் உலகோர் பலராலும் சிறப்பித்துக் கூறப்படும் மாமனிதராக விளங்கியதால் அவர் 1957இல் மேற்கொண்ட சீனப் பயணம் இணக்கமாகவே நிறைவுற்றது. புகழுவதற்குரியவற்றை அவர் புகழத் தவறவில்லை. வேளாண்மையிலும் தொழிற்சாலை உருவாக்கத்திலும் சீன அரசு அடைந்த மிகப் பெரிய வெற்றிகளை இராதாகிருஷ்ணன் பாராட்டினார். ஐக்கிய நாடுகள் சபையில் சீனநாடு உறுப்பினராக இடம் பெறாதது தமக்கு ஏமாற்றம் தருவதாகக் குறிப்பிட்டார். ஆனால் கருத்தியல் முன்னேற்றம் என்ற பெயரில், சீனத்தின் பழம் பண்பாடு பொடிப் பொடியாகிப் போனதைக் கண்டார்.

பண்டைய மரபுகளின் மீது அக்கறை காட்டுபவராதலால், அவரால் வாளாவிருக்க முடியவில்லை. பல்லாயிரம் ஆண்டுகளாக வளர்ந்த பண்பாட்டை எப்போதுமே சீரழித்து விடக்கூடாது என்று அறிவுறுத்தினார்.

சீன ஆக்கிரமிப்பின்போது இராதாகிருஷ்ணன், சீனாவில் தாம் உணர்ந்ததும் அறிவுறுத்தியதும் உண்மையாவதை உணர்ந்தார். அரசியல் அடக்கு முறைகளைக் காட்டிலும் சீனாவின் அரசியற் கொள்கைகளே, ஒவ்வொரு இந்தியர் உள்ளத்திலும் காலங்காலமாகச் சுடர்விட்டு வந்த ஆன்மிகப் பண்பாட்டை அழித்துவிடும் என இராதாகிருஷ்ணன் எண்ணினார். ஆனால் நம்முடைய எதிர்ப்புணர்வு வெறுப்பினால் விளைந்ததல்ல என்பதை நினைவிற் கொள்ள வேண்டும். சீன ஆக்கிரமிப்புக்கு நாம் உட்பட்ட அந்த இருண்ட நாட்களில் சீன மக்கள் மீது எந்தவொரு வெறுப்புணர்ச்சியையும் இராதாகிருஷ்ணன் காட்டவில்லை.

இராதாகிருஷ்ணன் சோவியத் நாட்டுக்குத் தூதராக அமர்த்தப்பட்டது அவரது அரசியல் மேதமைக்கு மற்றொரு சான்றாகத் திகழ்கிறது. கடவுள் மறுப்புக் கொள்கையை உள்ளடக்கிய மனிதரின் தனித்தன்மைக்கு எவ்வித மதிப்பும் அளிக்காத மார்க்சியத் தத்துவத்தை இராதாகிருஷ்ணன் ஏற்றுக் கொள்ளவில்லை. சீனாவில் பேசியது போன்றே அவரது பேச்சிலும் எழுத்திலும் வெளிப்படையான இயல்பு காணப்பட்டது. அவர் ஒருமுறை மாஸ்கோவுக்கு சென்றபோது தன்னுடன் 'தோல்வியுற்ற கடவுள்' (The God that Failed) என்ற கம்யூனிச எதிர்ப்பு நூலைக் கொண்டு சென்றார் என்று சர்வப்பள்ளி கோபால் குறிப்பிடுகிறார். ஆனால் இராதாகிருஷ்ணன் பிறர் கருத்துக்குச் செவிசாய்க்கும் பண்பும் விவாதிக்கும் இயல்பும் உடையவராதலால் இரஷ்யர்கள் அவரை விரும்பினார்கள். இராதாகிருஷ்ணனைச் சந்திப்பதற்கு ஸ்டாலின் உடனடியாக ஒப்புக்கொண்டது வரலாற்றையே ஏற்படுத்தியது! இராதாகிருஷ்ணனின் நாவன்மையும் உண்மைகளை வெளிப்படையாகப் பேசும் பண்பும் ஸ்டாலினை மிகவும் கவர்ந்தன. இதனால் ஸ்டாலின் ஒருமுறை 'இவர் சாதாரணத் தூதுவராகப் பேசவில்லை; அன்பும் இரக்கமும் சுரக்கும் உயிருள்ளத்தோடு பேசுகிறார்' என்று குறிப்பிட்டார்.

இராதாகிருஷ்ணனின் அரசியல் மேதமைக்கு அவரது உலகம் தழுவிய நோக்கும் காரணமாகும். மேற்கத்திய பாணியிலான கல்வி அவரை முற்றிலும் மேலைநாட்டுக்காரராக ஆக்கிவிடவில்லை. மேல்நாட்டு முறையில் கல்வி கற்றாலும் இந்தியப் பாணியிலேயே உடையணிந்தார். தன்னுடைய நாட்டுப் பண்பாட்டின் சிறு சிறு குறைகளைப் பெரிதுபடுத்தாது மிகவும் நேசித்தார். இதுபோன்றே பிற நாட்டுப் பண்பாட்டில் உள்ள குறைகளையும் பெரிதென நோக்காது அவற்றையும் மிக விரும்பினார். தன்னுடைய சொந்த விருப்பு வெறுப்புகளை ஒதுக்கி வைத்துவிட்டு

உலக நலத்துக்காக உழைத்தார். தொடக்கக் காலத்தில் பேராசிரியராக இருந்தபோது எழுதிய 'இந்துஸ்தானத்தின் உள்ளம்' (The Heard of Hindustan) என்ற நூலில் உலக ஒருமைப்பாட்டை வலியுறுத்தி வந்தார். அரசியல் நோக்கிலும் இராதாகிருஷ்ணன் கிழக்கும் மேற்கும் சந்திக்க வேண்டும் என்று விரும்பினார். இதனால் உலக அமைதிக்கு வழி பிறக்கும் என இராதாகிருஷ்ணன் நம்பினார். இவ்வாறு சமயத்தில் தம் ஆராய்ச்சியின் நுட்பத்தைக் காட்டியவர், உலகம் உய்வதற்கான வழியைக் காட்டியதும் கருத்து வளர்ச்சியில் அடுத்த படிநிலை எனலாம். ஒருவரையொருவர் எதிரிகளாகக் கருதும் இன்றைய சூழலில் உலகத்தின் நலம் பற்றிப் பேசுவது பொருந்தாததாகத் தோன்றலாம். ஆனால் நம்பிக்கையால் வெல்ல முடியாதது ஏதேனும் இவ்வுலகில் உள்ளதா? இந்தியக் குடியரசுத் தலைவராகப் பதவியேற்றதும் ஆற்றிய உரையில் இராதாகிருஷ்ணன் பின்வருமாறு குறிப்பிடுகிறார்:

> "நாம் வாழ்க்கையை நேசிக்க வேண்டும். வாழ்க்கையின் உன்னதத்தில் நம்பிக்கை கொள்ளவேண்டும். ஒழுக்கக் குறைபாடுகளையும் சிந்தனைக்கான முட்டுக் கட்டைகளையும் இத்தகு நம்பிக்கை தகர்க்கக்கூடும். நாட்டின் பாதுகாப்பை உலகின் பாதுகாப்பிற்கும் மேலாகக் கருதக் கூடாது. எந்தவொரு நாடும் தனித்து நின்று இயங்க இயலும் என்ற கருத்துப் பொய்த்துவிட்டது. ஒவ்வொரு நாட்டின் ஆசைகளுக்கும் விருப்பங்களுக்கும் அப்பால் மனித இனத்திற்கே பொதுவான புறக்கணிக்க முடியாத சில மதிப்புகளும் விருப்பங்களும் உள்ளன. கருத்துகளின் பொதுமையின் அடிப்படையிலும் பொதுவான விருப்பங்களின் அடிப்படையிலும் உலகத்தின் பாதுகாப்பையும் நாடுகளின் இறையாண்மையையும் வளர்க்கின்ற உலகச் சமுதாயத்தை நாம் உருவாக்க முடியும். நம்முடைய செயற்பாட்டை அறநெறிகள் ஒழுங்குபடுத்துமாயின், எதிர்காலம் பற்றிய அச்ச உணர்வோடு நாம் செயலாற்ற முடியும்."

மிக உயர்ந்த பதவியில் வளமாக இருக்கிறோம் என்று கற்பனை உலகில் திரிந்து பேசிய பேச்சன்று இது. எவ்வளவுதான் நெருக்கடிகள் வந்தபோதும், இராதாகிருஷ்ணனுடைய நம்பிக்கை தளர்ந்து போனதில்லை. இந்தியா முன்னேற்றத்தின் உச்சத்தை நெருங்கிக் கொண்டிருக்கும்போது சீனாவின் படையெடுப்பு, நம்முடைய படைபலத்தை இன்னும் வலிமையாக்க வேண்டும் என்பதை நமக்கு உணர்த்தியது. அண்டை நாடுகளிலிருந்து அணு ஆயுதங்களைப் பயன்படுத்தக் கூடிய நெருக்கடி வந்துற்ற போதும் ஆயுதங்களைக் குவிக்க வேண்டும் என்று இந்தியா எண்ணவில்லை. 1967ஆம் ஆண்டில் இராதாகிருஷ்ணன் வானொலியில் ஆற்றிய குடியரசு தின விழா உரையில் பின்வருமாறு குறிப்பிடுகிறார்.

“நவீனப் போர்க்களத்தைக் காட்டும் ஒரு செய்திப்படத்தை நான் அண்மையில் பார்த்தேன். அந்தப் படத்தில் அணு ஆயுதங்களின் கொடுமையால் சிறுவர்கள் அலறுகின்ற காட்சியும் கண்கள் குருடாகிப் போன காட்சியும் பிணங்களாய்ப் போன தம்முடைய குழந்தைகள் மீது தாய்மார்கள் அழுதுவிழுகின்ற காட்சியும் முகங்கள் சிதைந்து போய் உருண்டு கிடக்கின்ற உடல்களும் அந்தச் செய்திப் படத்தில் காட்டப்பட்டன. இவ்வாறு ஒருவருக்கொருவர் எதிர்ப்பைக் காட்டிப் போர் புரிவதால் நாம் என்ன சாதித்திருக்கிறோம்? ஒவ்வொரு நாட்டிற்குமிடையே நிலவுகின்ற மன்னிக்க முடியாத இவற்றைக் கண்டும் காணாமல் இருக்கின்ற கொடுமைக்கு எதிராகவும் கருத்து வேறுபாடுகளுக்கு எதிராகவும், இத்தகைய போர்களினால் பாதிக்கப்பட்டவர்கள் குரல் எழுப்புகிறார்கள். களைப்பு, அச்சம், தன்னலம் குறுகிய மனப்பான்மை ஆகியவற்றிலிருந்து நம்மை இந்த ஆயுதங்கள் காப்பாற்றுமா? அல்லது இதைக் காட்டிலும் பெரிய கொடுமை ஏதேனும் இனிவேறு உண்டா? மனித நேயம் முற்றிலும் இல்லாமற் போன இத்தகுச் சூழல்களிலிருந்து இந்த உலகைக் காப்பாற்ற ஒரே ஒரு வழிதான் உள்ளது. மனிதனுக்கு ஆற்றலையும் தைரியத்தையும் நம்பிக்கையையும் வளர்ப்பதுவே அது”.

தேசிய அரங்குகளிலும் பன்னாட்டு அமைப்புகளிலும் இராதாகிருஷ்ணன் அடிக்கடி உரையாற்றியுள்ளார். எனவே தன்னுடைய கருத்துகளைத் திரும்பத் திரும்பக் கூறுதலும் வற்புறுத்திக் கூறுதலும் அவரது உரைகளிலே அடிக்கடி காணப்படும். ஆனால் இவ்வியல்பு கேட்போரைச் சோர்வடையச் செய்வதில்லை. ஆங்கில மொழியைக் கையாளுந் திறமையாலும் உரையின் இடையிடையே சமஸ்கிருத மரபுத் தொடர்களைக் கோர்த்துத் தருவதாலும் உலகம் புகழும் சிந்தனையாளர்களின் கருத்துகளை ஆங்காங்கே சுட்டிச் செல்வதாலும், இராதாகிருஷ்ணன் தன்னுடைய உரையைச் செவிமடுப்பவர்களை ஆடாமல் அசையாமல் தன்வயப்படுத்துவதோடு, அவர்களை வியப்பிலும் ஆழ்த்திவிடுவார். அவரது உரையில் ஆங்காங்கே இடம்பெறும் நகைச்சுவைக் குறிப்புகளும் அவரது சொற்பொழிவான்மையைக் காட்டும் திறத்தன. இந்தியா, உலகிற்கோர் வழிகாட்டியாகப் பீடுநடை போடுகிறது என்ற உறுதியை அவரது வாழ்வும் வாக்கும் நமக்குத் தந்தன. இதுபற்றி ஆர்.வெங்கட்ராமன் குறிப்பிடுவதாவது:

“நம்முடைய நாட்டுணர்வு எனும் கோயிலில் நிறுவப்பட்ட கொடி மரம்; போன்றவராவார் குடியரசுத் தலைவர் இராதாகிருஷ்ணன். சோதனைக் காலத்திலும் நிமிர்ந்து நிற்கின்ற தன்மை, ஒளி வீசுகின்ற இயல்பு, நடுவுநிலைமை ஆகியவை நம் உள்ளத்தில் உயர் எண்ணங்களை எழுப்பின. நம்முடைய நாட்டின் கனவுகளை

எடுத்துச் சொல்கின்ற நாநலம் வாய்க்கப் பெற்றிருந்தார்; நம்முடைய எண்ணக் குவியல்களின் சுருக்கச் சூத்திரமாகத் திகழ்ந்தார். இராதாகிருஷ்ணன் நம்முடைய நாட்டில் சுற்றுப் பயணங்கள் செய்தபோது அவர் பல உரைகளை ஆற்றினார். அச்சங்களை விட்டொழித்தல், ஐயங்களைக் களைதல், நம்பிக்கையை வளர்த்தல் போன்ற பண்புகளை உள்ளடக்கிய கிருஷ்ணனுக்கும் அர்ச்சுனனுக்கும் இடையே நடைபெற்ற உரையாடல் போன்று இவ்வுரைகள் விளங்கின. ரஷ்யா, இங்கிலாந்து, அமெரிக்கா போன்ற பிறநாடுகளுக்கு அவர் இந்தியக் குடியரசுத் தலைவராகச் சுற்றுப்பயணம் மேற்கொண்டபோது அவரை அந்நாட்டவர், முனிவர் என்றும் சிறந்த அரசியல் மேதகை என்றும் ப்ளாட்டோவின் தத்துவத்திற்கு இக்காலத்திற்கு ஏற்புடைய விளக்கத்தைத் தந்த வித்தகர் என்றும் ராஜரிஷி என்றும் பலபடப் பாராட்டப் பெற்றார்".

* * *

10. அனைத்துலக மனிதர்

தற்கால இந்தியாவின் மறுமலர்ச்சியின் இறுதிக் கட்டத்தில் மலர்ந்த இராதாகிருஷ்ணனின் பெருமதிப்பு இந்தியாவின் பண்பாட்டுப் பெருமையில் குறிப்பிட்டுக் கூறுவதற்குரியதாகும். இராதாகிருஷ்ணன் உண்மையான நாட்டுப் பற்றுடையவராக விளங்கினார். அவரது நாட்டுப்பற்று 'எனது நாடு நன்மையைச் செய்யினும், தவற்றினைச் செய்யினும் நான் அதைப் போற்றுவேன்' எனும் கண்மூடித்தனமான பற்றன்று. நம்முடைய மெலிவை முகத்திரை போட்டு மூடவோ, நம்முடைய தவறுகளை மூடி மறைக்கவோ அவர் விரும்பவில்லை. ஆனால் நாட்டினுடைய 'ஆர்ய சம்பத்து'ப் பற்றிப் பேசும்போது நம் நாட்டின் இலக்கியப் பாரம்பரியத்தைப் புகழ்ச்சி ஒளி தோன்றக் குறிப்பிடுவார். இத்தகு சாத்வீகமான தேசப்பற்றே அவரது எழுத்துகளின் ஆதார சுருதியாக இருந்தது. அவர் இந்தியாவின் பண்டைக்கால, தற்கால மாமனிதர்களைப் பற்றி எழுதும்போது இந்த சாத்வீக நாட்டுப்பற்று எனும் ஆதார சுருதி நன்கு வெளிப்பட்டது. ஆங்கிலக் கவிஞர் மில்டன் இயற்கையிடம் சரணடைந்தது போன்றதொரு போக்கினை இராதாகிருஷ்ணன் எழுத்துகளில் காணலாம். 'தான்' என்ற உணர்வினைத் துடைத்தழிக்கும் உபநிடதங்கள் கூறும் உபாயத்தை உள்ளடக்கியனவாய் இவ்வெழுத்துகள் அமைந்திருக்கின்றன.

> "உபநிடதக் காலத்தவர் தனிப்பட்ட புகழுக்கு மயங்கியவர்கள் அல்லர். உண்மைகளை பரப்புவதில் அக்கறை கொண்டிருந்தனர். வேதகாலத்துக் கடவுளர்கள் பற்றியும் வீரர்கள் பற்றியும் தம் கருத்துகளைத் தொகுத்தளித்தனர். பிரகஸ்பதிக்கும் இந்திரனுக்கும் இடையேயும் நாரதருக்கும் சனற்குமாரர்களுக்கு இடையேயும் வாதங்களை உருவாக்கி விளக்கங்களைத் தந்தனர். உபநிடதங்களை வழங்கியோரின் வரலாறுகளை, அவர்களைப் பற்றிய கதைகளை ஒதுக்கிவிட்டுப் பார்த்தால் அவ்வரலாறுகள் எவ்வளவு உன்னதமானவை என்று தெரியவரும். இவர்களுள் மகிதாச ஐய்த்ரேயா, ரைக்வு, சாண்டில்யர், சத்யகாம ஜபலர், ஜைவலியர், உதலாகர், ஸ்வேத கேது, பரத்வாஜர், கார்கயானா, ப்ரத்தராதனர், பாலகி, அஜாத சத்ரு, வருணர், யக்ஞவாக்கியர், கார்கி, மைத்ரேயி ஆகியோரது வரலாறுகள் சிறந்து நிற்கின்றன."

பிரிட்டிஷ் அகாதெமியில் கௌதம புத்தரைப் பற்றி இராதா கிருஷ்ணன் ஆற்றிய உரையும் குறிப்பிட்டுக் கூறுவதற்குரியதாகும். உலகத்தில் தோன்றிய எந்தவொரு மகானும், மன்பதையை மேம்படுத்து வதில் புத்தருக்கு இணையாக மாட்டார் என்று இராதாகிருஷ்ணன் கருதினார். ஏனெனில் புரட்சியையும் ஆன்மிகத்தையும் புத்தர் இணைத்துக் காட்டினார்; அரசனாக இருப்பவன் செல்வத்தைத் துறந்து துறவியாக

முடியும் என்பதையும் மெய்ப்பித்தார். மனிதன் துன்பத்திலிருந்து விடுதலை பெறவேண்டும் என்பதற்காகவே புத்தர் இத்தகுச் சோதனைகளை ஏற்றுக்கொண்டார் என்று இராதாகிருஷ்ணன் கருதினார். வாழ்க்கையில் பரிசுத்தத்தைப் போற்றுகின்ற கிறித்தவ சமயத்தைக் காட்டிலும், இயேசு கிறித்துவுக்கு ஐந்நூறு ஆண்டுகட்கு முன்னர் வாழ்ந்த புத்தர் வற்புறுத்திய தூயவாழ்வு சிறந்திருந்தது. இராதாகிருஷ்ணன் புத்தரைப் பற்றி எழுதிய ஒவ்வொரு சொல்லிலும் இந்தியா காலங்காலமாக வற்புறுத்தி வந்த சாத்வீக உணர்வின் பீடும் ஆன்மிகச் சிந்தனையின் பெருமையும் வெளிப்பட்டன. புத்தரின் பரிநிர்வாணநிலையை இராதாகிருஷ்ணன் விளக்கும்போது இவை வெளிப்பட்டுத் தோன்றுவதை இங்கு எடுத்துக்காட்டலாம்:

"தன்னுடைய சீடரான ஆனந்தாவுடன் புத்தர் நகரைவிட்டு நீங்கும்போது அங்கிருந்த ஒரு குன்றின் மீதமர்ந்து கோயில்களும் புகலிடங்களும் நிறைந்திருந்த வைசாலி நகரின் அழகு விளையாடும் எழிற்காட்சியைக் காண்கிறார். (சித்ரம் ஜம்பு தீவம், மனோகரம் ஜீவிதம் மனுஷ்யனம்) வண்ண மயமாக இயற்கையழகு கொஞ்சி விளையாடும் நாடு இந்தியா. இங்கு மனிதர்களின் வாழ்க்கை அன்பு மிகுந்து விளங்குகிறது. "உங்களுக்கு நான் உறுதியாகச் சொல்கிறேன், முனிவர்களே! எல்லாப் பொருட்களும் அழியக் கூடியவை. இந்த உலகப் பற்றினை விட்டுவிடுவதற்குரிய வழிகளை உண்மை ஞானத்தோடு காண முயற்சி செய்யுங்கள்" இதுவே புத்தரின் இறுதி மொழிகள். அவருடைய ஆன்மா, மெய்ஞானத்தின் ஆழத்தில் அமைதியாய் அமிழ்ந்தது. அனைத்துச் சிந்தனைகளும் மறைந்து 'தான்' என்ற உணர்வு அழிந்து உயர்நிலையடைந்த போது அவர் "நிர்வாணம்" எனும் பரிபக்குவத்தை அடைந்தார்."

தன் பேச்சிலும் எழுத்திலும் 'அனைத்துலக மனிதன்' எனும் கருத்துருவை உருவாக்குவதற்காகப் பாடுபட்ட இராதாகிருஷ்ணன், தேசியக் கண்ணோட்டம் என்ற குறுகிய நோக்கால் பிணிக்கப்படாத தேசியத் தலைவர்களிடம் பெருமதிப்பு வைத்திருந்தார். இரவீந்திரநாத் தாகூர், மகாத்மா காந்தி, ஜவகர்லால் நேரு ஆகிய தேசியத் தலைவர்களை இராதாகிருஷ்ணன் பெரிதும் விரும்பினார். இரவீந்திரநாத் தாகூருக்கு 1913இல் நோபல் பரிசு வழங்கப்பட்ட போது அவரது கவிதைத் தத்துவம், இந்து வேதாந்தத் தத்துவத்தை உயிரோட்டமாகக் கொண்டிருக்கிறது என்பதை வெளிப்படுத்தும் வண்ணம் நூலொன்றை இராதாகிருஷ்ணன் எழுதினார். இராதாகிருஷ்ணன் வங்கமொழியை அறியார். இருப்பினும் தாகூரின் கவிதைகளில் மனிதனை உயர்நிலைக்கு உயர்த்துவதற்குரிய உணர்வலைகள் காணப்படுகின்றன என்று

அக்கவிதைகளை ஆங்கிலத்தில் மொழிபெயர்த்து நுண்ணிதின் உணர்த்தினார்.

குறைபாடுகள் மிகுந்த இந்த உலகத்தில் சமயங்கள் போற்றும் நெறியை வாழ்க்கையில் கடைப்பிடித்து ஒழுகும் மனிதர்கள் தோன்றுவது வெகு தூரத்தில் இல்லை என்று இராதாகிருஷ்ணன் நம்பினார். காந்தியடிகளை இதற்கு ஒரு முதன்மையான எடுத்துக்காட்டாக இராதாகிருஷ்ணன் கருதினார். பஜனை நிகழ்ச்சிகள் வாயிலாகக் காந்தியடிகள் மதச்சார்பற்ற உண்மையின் தன்மையை மக்கள் மனதில் ஊட்டி வந்தார். வருவதை முன்கூட்டியே உணர்ந்து சொன்ன திறமாக இதைச் சொல்லலாம். நம்மை மீறிய உயராற்றலின் மீது நம்பிக்கை இல்லாமல் வாழ்வது மனித வாழ்க்கையையே நம்பிக்கையற்ற பாலைவனத்தில் அலையும் வெற்று வாழ்க்கையாகிவிடும். காந்திஜியின் ஒத்துழையாமை இயக்கம் இராதாகிருஷ்ணனின் மனதை மிகவும் கவர்ந்தது. இவ்வியக்கத்தை ஓர் ஆன்மிக இயக்கமாகவே அவர் கருதினார். ஒத்துழையாமை இயக்கம் தொடக்க நிலையில் இருந்தபோதே 1922 பிப்ரவரியில் இராதாகிருஷ்ணன் எழுதி வைத்த குறிப்புகளின் அடிப்படையில் சர்வபள்ளி கோபால் பின்வருமாறு எழுதுகிறார்:

> "சுயாட்சி அதிகாரத்தைப் பெறுவதற்கு உலகியல் நடைமுறையில் காணப்படுகிற சாதாரண செயல்முறைகளை மேற்கொள்கிற அரசியல்வாதிகள் போலல்லர், காந்திஜி. அவர் அரசியலோடு சமயத்தை இணைத்தார். உலக நாடுகள் அன்பின் ஆணைக்குக் கட்டுப்பட்டு நடக்கவேண்டும் என்ற உயர் சிந்தனையை கொண்டிருந்தார். இந்திய விடுதலை உணர்வின் மையமாகச் சமயத்தை ஆக்கினார். இத்தகைய அணுகுமுறையில் காந்தி வெற்றி பெறுவாரா என்று எவராலும் சொல்ல இயலவில்லை. ஆனால் இத்தகு அணுகுமுறையில் நம்பிக்கையுடைய அனைவரும் இந்தியாவின் நலனுக்காக மட்டுமல்லாமல், உலகத்தின் எதிர்காலத்திற்காகவும் காந்தி இத்தகைய பரிசுத்த சோதனையில் வெற்றி பெற வேண்டும் என்று வேண்டினார்கள்."

காந்தி மீது இராதாகிருஷ்ணன் கொண்ட இத்தகு மதிப்பு, காலம் செல்லச் செல்ல ஆழங்காற்பட்டு வளர்ந்தது. இராதாகிருஷ்ணன் எழுதிய "மகாத்மாகாந்தி: வாழ்க்கையும் நூல்களும்" (Mahatma Ghandhi: Essays and Reflections on his life and works) எனும் நூல் 1939இல் வெளியானது. நல்ல காலத்தின் அரசியல் சிந்தனைகளால் தோன்றிய வறண்ட நாத்திகவாதத்தை மகாத்மா காந்தி புறக்கணித்தது கண்டு இராதாகிருஷ்ணன் மகிழ்ந்தார். பொதுவாழ்வில் ஈடுபட்டோருக்குச் சமய வாழ்வு என்பது வெறுப்பிற்குரியதாக ஆகிவிடக் கூடாது என்று இராதாகிருஷ்ணன் கருதினார்.

"மனிதனுக்குத் தொண்டு செய்வதை வெறுக்கின்ற சமயம் இருப்பதாகக் காந்தி கருதவில்லை. தற்போதைய சூழலில் கொடுங்கோன்மையை ஏற்க மறுக்கின்ற அல்லது எதிர்ப்புணர்ச்சியின்றி இருக்கின்ற அடிமைத் தனத்தை வெறுக்கின்ற ஓர் அரசியல் புரட்சியாளராகக் காந்தி காட்சியளிக்கலாம். ஆனால் மனிதர்களை இயற்கைக்கு முரணான பாதையில் செலுத்துவ தற்கும் மனிதநேயம் அற்றவர்களாக உருவாக்குவதற்கும் காரணமான புரட்சியாளர்களிடமிருந்து காந்தி வேறுபட்டவராகக் காணப்படுகின்றார். வாழ்க்கையனுபவங்களின் சோதனையில் வெற்றி பெற்ற அவர், அரசியல்வாதியாகவோ சீர்திருத்தவாதி யாகவோ, தத்துவவியலாளராகவோ, ஒழுக்கசீலராகவோ மட்டும் காட்சியளிக்கவில்லை. இவையனைத்தும் இணைந்த சமயநெறி பற்றியொழுகும் மனித நேயம் மிக்க மாமனிதராகக் காட்சியளித்தார். எப்போதும் மகிழ்ச்சி ததும்பும் உணர்வோடு தன்னுடைய எல்லைகளை அறிந்து அதை நேசிக்கும் பண்புமிக்க வராகக் காணப்பட்டார்."

காந்தி மாயாவதியல்லர்; கனவுகளின் மயக்கத்திலேயே ஆழ்ந்து கிடப்பவரும் அல்லர். நாம் வாழுகின்ற உலகம், உலகின் படைப்புகள் அனைத்திலும் ஊடுருவி நிற்கின்ற இறைவனையும் அறிந்தவர் அவர். காந்தி உணர்ந்த கடவுளை அறிவியலால் மெய்ப்பிக்க இயலாது. ஆனால் வெட்கித் தலைகுனிய வேண்டிய அளவுக்கு இழிசெயல்களும் அழிவுச் செயல்களும் நிறைந்த தற்கால அரசியலில் காந்தியைப் போன்று கடவுட் தன்மை வாய்க்கப்பெற்ற ஒருவர் நம்மிடையே வாழ்ந்து வருவது, கடவுள் உண்மையை மெய்ப்பிக்கின்ற மறுக்க முடியாததொரு சான்றாகும். கடவுட் தன்மையோடு வாழ்ந்தவர்கட்குக் காந்தி போன்று பலர் சான்றாகத் திகழ்கின்றனர். இவ்வாறு அனைத்துலக மனிதன் என்ற இலட்சியத்தை வாழவைக்க இந்தியாவின் ஆன்மிக மரபில் காலந்தோறும் தொடர்ந்து தோன்றி வருகின்ற மகான்கள் பலருள் காந்தியும் ஒருவராகத் திகழ்ந்தார்.

இந்தியாவின் சமயப் பொறைக்குக் காந்தி ஓர் எடுத்துக்காட்டாக விளங்கினார். அவரை வாழ்நாள் முழுதும் இயக்கிய சக்தி, அவர் சார்ந்த இந்து சமயம் என்றாலும் அவர் மனதை இஸ்லாம் சமயக் கருத்துகளும் கிறித்துவ சமயப் போதனைகளும் அவ்வப்பொழுது கவர்ந்தன. காந்தி அடிமட்டத் தொண்டினைச் செய்வதற்கும் தயாராக இருந்தார். இதனால் அவர் உயர்மட்டச் சிந்தனைகளில் உயர்ந்து விளங்கினார்.

"மனிதஇனநலத் தொண்டர்களில் காந்தி முதலிடம் வகிக்கிறார். மனித இனத்தை அழிவும் அபாயமும் சூழ்ந்துவரும் நேரத்தில் அவர் தொலைதூர நலங்களுக்காகப் பாடுபட்டதில்லை. சமுதாயக்

கொடுமைகளைப் போக்கவும் அபாயங்களைத் தடுத்து நிறுத்தவும் கொள்கையில் உறுதி கொண்ட அஞ்சா நெஞ்சர்களை இணைத்து மனித சமுதாயம் ஈடேற உடனடி வழிகளைக் கண்டறிந்தார். சுதந்திரம் என்பது எழுத்துகளில் மட்டும் இருப்பதன்று; அது சமுதாயத்தின் உண்மையாக விளங்க வேண்டும் என்று கருதினார். சாதாரண மனிதர்கள் மீது காந்தி கொண்டிருந்த அன்பை உணர்ந்து கொண்டால்தான் அவர் தென்னாப்பிரிக்காவிலும் இந்தியாவிலும் ஆற்றிய பொதுநலத் தொண்டினைப் புரிந்து கொள்ள முடியும்.

"மனிதர்கள் மீது நேயம், மரபு வழியாக வந்த ஒழுக்கம், வாழ்க்கையழகின் மீது இன்னதென்று தெரியாத பிடிப்பு" ஆகியவை மனிதர்களுக்கு வேண்டும் என்று இக்கால ஆசிரியர்கள் வற்புறுத்து கின்றனர். ஆனால் மகாத்மா இந்த அளவுகோல்களை விஞ்சிவிட்டார். கருதியதைச் செய்யும் ஆற்றலும் கலப்படமற்ற உண்மையும் வணங்கத் தக்க இயல்புகளாக அவரிடம் ஒளிவீசின. இத்தனை இறை இயல்புகளை அவர் கொண்டிருந்தாலும் கள்ளங்கபடமற்ற குழந்தைத்தனமான மனதையும் கொண்டிருந்தார். இராதாகிருஷ்ணன் தன்னுடைய பகவத்கீதை மொழி பெயர்ப்பைக் காந்தியடிகளுக்கு காணிக்கையாக்கியபோது "நான் உமக்கு அர்ச்சுனன்; நீர் எமக்குக் கண்ணன்" என்று கருத்துரைத்தார். மகாத்மா கொலை செய்யப்பட்டபோது, இராதாகிருஷ்ணன் தன்னுடைய ஆற்றலெல்லாம் இழந்து போனது போலத் துயரத்தில் மூழ்கினார். அனைத்துலக மனிதர் என்று சொல்வதற்குரிய தகுதிகள் முற்றும் வாய்க்கப்பெற்ற காந்தியடிகள் மறைந்தது ஈடு செய்யமுடியாத துயர்தானே! ஆக்ஸ்போர்டு பல்கலைக்கழகத்திலுள்ள ஆல் சோல்ஸ் கல்லூரியில் நடைபெற்ற காந்திஜியின் நினைவுக் கூட்டத்தில் உரையாற்றிய இராதாகிருஷ்ணன், சமயத்தின் நெறி நின்றொழுகிய உத்தமராகக் காந்தியைப் பார்த்ததாகக் குறிப்பிட்டார். தான் மற்றவர்க்குச் சொல்லியதைத் தன் வாழ்வில் கடைப்பிடித்துக் காட்டிய வீர மறவர், "உதட்டில் கடவுளின் பெயரை உச்சரித்துக் கொண்டு உள்ளத்தில் அன்பை வாழவைத்துக்கொண்டு மறைந்தார்" என்று இராதாகிருஷ்ணன் துயரத்தோடு உரையாற்றினார். "காந்தியின் வாழ்க்கை அனைத்துலக மனிதனை உருவாக்கவல்ல, மனிதப் பரிணாமத்தின் அடுத்தபடி நிலையாக அமைந்திருந்தது" என்று இராதாகிருஷ்ணன் குறிப்பிட்டார். உள்ளார்ந்த அமைப்பினாலும் உயர்ந்த நோக்கத்தினாலும் உலகம் ஒன்றேயாகும் என்று காந்தியடிகள் நம்பினார். வரலாற்றின் நெடுகிலும் காணப்படும் 'மனிதநலப் பண்பு' எனும் உணர்வு, உலகம் தழுவிய நாகரிகத்தை உருவாக்கவும் உலகக் கலாசாரத்தை ஏற்படுத்தவும் ஒருலகச் சமுதாயத்தைத் தோற்றுவிக்கவும் முயன்று வந்தது என்பதைக் காந்தியார் அறிவார். மனிதரின் இதயங்களில் ஆழ்ந்துள்ள கபடங்களைப் போக்கிவிட்டு அந்த இடத்தில் ஒருவரையொருவர் உணர்ந்துகொள்ளும்

உணர்வையும் பொறையுடைமையையும் விதைப்போமெனில், இவ்வுலகத் துன்பங்களிலிருந்து நாம் விடுதலை பெறலாம். ஐக்கிய நாடுகள் அமைப்பு உருவாக்க விரும்பிய அமைதி சூழ்ந்த உலகத்தை வேதனையில் வருந்துகின்ற காந்தியின் அமைதியான மென்மையான உள்ளம் எதிர் நோக்கியது. அழிந்து வந்த பழைய மரபின் ஒரே ஒரு வாழும் சின்னமாக விளங்கிய காந்தியடிகள், உதயமாவதற்குப் பெரிதும் சிரமப்படுகின்ற புதிய உலகத்திற்கோர் தீர்க்கதரிசியாகவும் திகழ்ந்தார்; எதிர்கால மனிதனின் சிந்தனைகளைச் சுட்டிக் காட்டுபவராகவும் அவர் காட்சியளித்தார்.

காந்தியடிகளைப் போலவே ஜவகர்லால் நேரு பற்றியும் இராதா கிருஷ்ணன் கருத்துக் கூறியுள்ளார். ஜவகர்லால் நேரு "சமய மனிதர்" என்று கருதப்படக்கூடியவரல்லர். உண்மைச் சமய உணர்வுக்கும் சாதிப் பிரிவுகள் நிறைந்து மூட நம்பிக்கைகளில் வாழும் சமயத்திற்கும் உள்ள வேறுபாட்டினை இராதாகிருஷ்ணன் நன்கு அறிவார். மெய்யுணர்வாளராக நேரு விளங்கியமையாலும் இராதாகிருஷ்ணன் அவரை மிகவும் விரும்பினார். "அறிவியல் உணர்வால் பெற்ற பக்குவத்தை நேரு மிகக் கொண்டிருந்தார். கருத்துருவிலிருந்து மெய்யுருக்கள் உருவாவதற்கான வாயில்களை ஏற்படுத்துவதில் அக்கறை காட்டினார்." "காந்தியைப் போன்றே நேருவும் எதிர்கால மனித சமுதாயம் முன்னேறும் வழிகளைக் காட்டிய முன்னோடியாக விளங்கினார்" "அன்பும் பெருந்தன்மையும் கொண்ட இத்தகு மாமனிதர்களின் தோற்றம், உலகச் சமுதாயத்தினர் அனைவரும் சகோதரர்களாக ஒன்றவும் அன்பும் இரக்கமும் கொண்டு வாழவும் வழிவகுக்கும் புதிய யுகத்தை நம்முன் நிறுத்தியது."

தற்காலத்திய மாமனிதர்களைப் பற்றிய இத்தகுக் கருத்துகளை இராதாகிருஷ்ணன் அவ்வப்பொழுது எடுத்துரைத்துவந்தார். இத்தகு மாமனிதர்களில் கருத்துப் போக்கிற்கேற்பவே இராதாகிருஷ்ணனின் சிந்தனையோட்டமும் இருந்ததை இதற்குக் காரணமாகக் காட்டலாம். அவர் காலத்தில் வாழ்ந்த கற்றறிந்த சிந்தனையாளர்கள் இராதா கிருஷ்ணனைப் பற்றிய வளமான புகழுரைகளை அள்ளித் தந்துள்ளனர். "ஒரு நாட்டையும் பிறிதொரு நாட்டையும் பிரிக்கின்ற கடினமான பண்பாட்டுத் திரைகளைக் கீழறுத்து இரு வேறு பண்பாட்டுக்கிடையில் பாலமாக விளங்குபவர்" என்று சி.இ.எம். ஜோட் (C.E.M. Joad) குறிப்பிடுகிறார். தற்கால உலகம் ஒருங்கிணைந்த சமுதாயத்திற்காக ஏங்குகிறது. உலக மக்களின் அடித்தள உணர்வுகள் அனைத்தும் ஒன்றே எனக் கருதிச் செயலாற்றுவதன் வாயிலாக இத்தகைய ஒருங்கிணைப்பை ஏற்படுத்தவியலும் இதற்குக் கடந்த கால மரபுகளும் நிகழ்காலச் சிந்தனையும் தம்முள் கலக்க வேண்டும். இதனால் உலக மக்கள் அனைவரும் சகோதரர்களே என்ற கருத்து எதிரொலிக்க வேண்டும்.

இத்தகுக் கருத்தினைத் திரும்பத் திரும்ப கோயில் மணிபோல் தொடர்ந்து ஒலிப்பதற்கு இராதாகிருஷ்ணன் சோர்வடையவில்லை. இவ்வாறு இராதாகிருஷ்ணன் சென்றவிடமெல்லாம் அவர் உடன் சென்ற ஜார்ஜ் பி.கோங்கர் (George P.Conger) கூறுகின்றார்.

இராதாகிருஷ்ணன் ஒரே சமயத்தில் பனாரசிலும் ஆக்ஸ்போர்டிலும் பணிபுரிய நேர்ந்தது. இதன் காரணமாக நெசவுத் தறி நாடாவைப் போல, அவர் கிழக்கையும் மேற்கையும் இணைக்கின்ற, தொண்டினை ஆற்றினார். இருவேறுபட்ட பண்பாடுகளுக்கிடையிலும் 'புரிந்து கொள்ளுதல்' என்ற ஊடிழையைப் பின்னினார். சீனா, தென்னாப்பிரிக்கா ஆகிய நாடுகளிலும் சிகாகோ, மெக்சிகோ ஆகிய நகரங்களிலும் அவரது குரல் ஒலித்தது; அவரைப் பற்றிய குரலும் ஒலித்தது. யுனெஸ்கோ அமைப்பில் அவர் குறிப்பிடத்தக்கதொரு அங்கம் வகித்தார். பின்னாளில் பழைமை வாய்ந்த, ஆனால் இளமைத் துடிப்புமிக்க தாய்நாட்டிற்கு முக்கியமான தூதர் பதவியை அவர் வகித்தார். மார்க்கஸ் அவுரேலியஸ் (Morcus Aurelius) போன்ற ஒருசிலரைத் தவிர பிற தத்துவவியலாளர்கள் அரசர்களாக முடியாது. ஆனால் ஒரு சில தத்துவவியலாளர்கள் அரசரே வியக்கின்ற அளவுக்கு தமது சமகாலத்தவரிடையே செல்வாக்குப் பெற்றுத் திகழ்ந்தனர்!.

தூதர் பதவிக்குப் பின்னர் இராதாகிருஷ்ணன் துணைக் குடியரசுத் தலைவரானார். அவர் இந்தியாவின் குடியரசுத் தலைவரானபோது வாழ்நாளின் இறுதிப் பகுதியில் இருந்தார். ஆனால் உலகமெங்கும் பன்னாட்டு மனிதனைக் காண விழைந்த கருத்துகளை எடுத்துச் சொன்னவருக்கு வாழ்வில் ஓய்வென்பது இருக்குமா? இந்தியக் குடியரசுத் தலைவராக இருக்கையிலும் இராதாகிருஷ்ணன் சம்ஸ்கார சதங்களைப் பற்றியும் ஹஸ்ரத் க்வாஜா நிஜாமுதீனின் உர்ஸ்களைப் பற்றியும் குரு நானக்கின் பிறந்த நாள் குறித்தும் புத்த சமயத்தவரின் உலகந்தழுவிய கொள்கை குறித்தும் போப்பாண்டவருக்கு வரவேற்பு நல்குவது பற்றியும் விஸ்வ இந்து தர்மத்தைப் பற்றியும் இன்னும் இதுபோன்ற பல்வேறு சமயத் தத்துவக் கருத்துகளையும் எடுத்துச் சொன்னார் என்று மால்கம் ஆதிசேசையா குறிப்பிடுகிறார்.

> "அனைத்து நாடுகளோடும் நட்புறவு கொண்டிருக்க வேண்டும் என்ற அவரது தத்துவத்திற்கேற்ப இராதாகிருஷ்ணன் இந்தியாவைப் பற்றியும் பல்கேரியா, சவூதி அரேபியா, சூடான், ஐக்கிய அரபுக் குடியரசுகள், அமெரிக்க ஐக்கிய நாடுகள், சோவியத் யூனியன் போன்ற நாடுகளைப் பற்றியும் 106 சொற்பொழிவுகளை ஆற்றியுள்ளார். குடியரசுத் தலைவராக இருக்கும்போது கல்வி பற்றியும் பண்பாடு குறித்தும் அவர் ஆற்றியுள்ள உரைகள் மிகவும் சிறப்பு வாய்ந்தவையாகக்

கருதப்படுகின்றன. இவ்வுரைகளின் வாயிலாக எந்தத் துறையை ஆராய்ந்தாலும், அவற்றின் முடிவு ஒன்றையே நோக்கியிருக்கும் என்ற உண்மையை அவர் உயர்த்தினார். பல்கலைக்கழகம் என்ற அமைப்பு அகல்விரி இயல்பைச் சுட்டுகிறது என்ற உணர்வினையும், அது ஒவ்வொருவருடைய மனத் தூய்மைக்கும் காரணமாக இருக்கிறது என்ற தன்மையையும் அவர் எடுத்துக் காட்டினார். மேலும் பல்கலைக்கழக அமைப்பு என்பது, அறிவுக்கும் ஞானத்துக்கும் இடைபட்ட வழியைச் சுட்டுகிற வளர்ச்சியையும் ஒழுக்க உணர்வுக்கும் தியாக உணர்வுக்கும் உள்ள தொடர்பைச் சுட்டுவதாக அமைந்துள்ள பண்பினையும் அறிவியலையும் மனத்தில் பழக்கத்தையும் காரணத்தின் அடிப்படையிலேயே எழுந்துள்ள நம்பிக்கையினையும் ஒன்றாக உணர்த்துகிறது என்று இராதாகிருஷ்ணன் கருதினார்.''

அவரது அறுபதாவது பிறந்தநாளின் போது ''இராதாகிருஷ்ணன்: தத்துவ ஒப்பியல் ஆய்வுகள்'' (Radhakrishnan: Comparative Studies in Philosophy) என்ற நூலை பதிப்பாசிரியர்களான டி.எம். தத்தாவும் பி.டி.ராஜூவும் (D.M.Dutta, P.T.Raju) அவரது நினைவாக வெளியிட்டனர். அப்போது அவர்கள் ''கிழக்கையும் மேற்கையும் இணைக்கும் வித்தகர்'' என்று இராதாகிருஷ்ணனைப் புகழ்ந்தனர். பிற சிந்தனையாளர்களிடமிருந்து மாறுபட்ட சிந்தனையை இராதாகிருஷ்ணன் வழங்கிவருவதை இருவரும் வரவேற்றுப் பேசினார்கள். கிழக்கும் மேற்கும் ஒன்றையொன்று தழுவி முழுமை பெறுவதற்குரிய சிந்தனையை இராதாகிருஷ்ணன் ஓய்வில்லாமல் பரப்பி வருவதற்கு இருவரும் புகழாரம் சூட்டினர். மேற்கத்திய நாடுகளின் அறிவியற் சிந்தனைகளை ஏற்றுப் பயன் கொள்வதற்குக் கிழக்கு உறுதி பூண்டது; கீழ்த்திசை நாடுகளின் ஆன்மிகச் சிந்தனைகளைச் சரிவர உணர்ந்து கொள்வோமாயின் விடுதலை பெறுவோம் என்பதை மேற்றிசை நாடுகள் அறிந்து கொண்டன. இதற்கிடையில் வெறிபிடித்த போட்டி மனப்பான்மையை வெல்வதற்குரிய வழியைக் கண்டாக வேண்டும்; இதன் வாயிலாக அக அமைதியையும் புற அமைதியையும் தடுத்து நிற்கும் விலங்குகளை விலக்க வேண்டும்'' என்று அவர்கள் கூறினர்.

பாரதிய வித்யா பவனின் தலைவர் திரு.கே.எம். முன்ஷியவர்கள் இராதாகிருஷ்ணனுக்கு வழங்கிய பாராட்டுரை குறிப்பிடத்தக்கதாகும். ''பிரம்மவித்ய பாஸ்கரர்'' என்ற பட்டத்தினை இராதாகிருஷ்ணனுக்கு வழங்கிச் சிறப்பித்த அவர், ''கிழக்கிலும் மேற்கிலும் காணலாகும் பண்பாடுகளில் சிறந்தவைகளைத் தேர்ந்தெடுத்து அவற்றை ஒருங்கிணைத்துப் புதிய ஆன்மிக வெளிப்பாட்டிற்கு உதவும் வண்ணம் இக்காலத்திற்கு, இச்சமூகத்திற்கு இராதாகிருஷ்ணன் ஆற்றியுள்ள பணி போற்றுதற்குரியது'' என்று குறிப்பிட்டார். உண்மையில் இராதாகிருஷ்ணன்

என்ற பெயரைக் குறிப்பிட்டதும் மேற்சுட்டிய பணிதான் நம் நினைவுக்கு வருகிறது. பவுலோஸ் மார் கிரிகோரிஸ் (Paulos Mar Gregorious) என்பவர் உலக ஒருமைக்கு இராதாகிருஷ்ணன் விடுத்த அழைப்பை உபநிடதங்களோடு ஒப்ப வைத்துப் பார்க்கிறார். ஏனெனில் "தந்தையாகிய கடவுளின் கீழ் உலக மக்கள் அனைவரும் சகோதர நேயத்தோடு வாழவேண்டும்" என்று இராதாகிருஷ்ணன் பலமுறை கூறி வந்திருக்கிறார். இதற்கு அவர் எழுதிய முதன்மை உபநிடதங்கள் என்ற நூலிலிருந்து ஒரு பகுதியை எடுத்துக் காட்டலாம்.

> "கடவுளோடு ஒன்றுதல் என்பது நாம் ஒவ்வொருவரும் கடவுளின் வழியாக நமக்குள் ஒன்றுவதை ஒக்கும். நமக்குள் பல்வேறு பிரிவுகள் இருந்தாலும், உலகம் ஒன்றாகவே உள்ளது. இது வியப்பல்லவா? உயர்நிலையிலிருந்து சிந்தித்துப் பார்த்தால் இந்த உண்மை புலப்படும். உலகத்தைக் காட்டிலும் பிறிதொன்றும் மிகப் பரந்துபட்டதாக, வளந்தருவதாகப் பயனுள்ளதாக உள்ளது என்பதை நாம் அறிவோமெனில் வீணான பிரதேச உணர்வுகள் அகன்று தொலைதூர நோக்கு நம்முள் தோன்றும்."

பவுலோஸ் மார் கிரிகோரியஸ், இராதாகிருஷ்ணனை "விஸ்வமானவர்" என்று குறிப்பிடுகிறார். இராதாகிருஷ்ணனின் பன்னாட்டுப் பார்வை ஒவ்வொரு பண்பாட்டினையும் தத்தம் மரபுவழிச் சிந்தனையில் பிறந்த நெறிகளைப் பின்பற்றி நடப்பதைத் தடை செய்யவில்லை. ஆனால் சீனாவில் வலியுறுத்தப்பட்ட வாழ்க்கை நெறிகள் இராதாகிருஷ்ணனுக்கு ஏற்புடையதாக இல்லை. உலகத்தில் உள்ள அனைத்து நாடுகளும் தனக்குக் கிடைக்கும் வளத்தைச் சமமாக பகிர்ந்து கொண்டு அமைதியுடன் வாழ்ந்துவரும் ஒரு பெருங்குடும்பமாக இராதாகிருஷ்ணன் கண்டார். தம்முடைய 'அரசியல்' அமைப்பிலும் சமுதாய அமைப்பிலும் குடியாட்சித் தன்மையை ஒவ்வொரு நாடும் நிலைநாட்டினால் அவை பிற நாடுகளுடன் அமைதியாக வாழும் நெறி இயல்பாக அமைகிறது. நடக்கமுடியாத இலட்சியவாதக் கனவுகளை இராதாகிருஷ்ணன் காணவில்லை. கொடுமை நிறைந்த, வன்முறை மிகுந்த இந்த உலகின் இயல்பினை அவர் அறிவார். இலட்சியவாதிகள் எவ்வாறு அனைத்துலகச் செயல்நயங்கட்கு ஆட்பட்டுத் தோல்வியடைந்து விடுகின்றனர் என்பதையும் அவர் அறிவார். ஆனால் அவரிடம் நம்பிக்கை மிகுந்திருந்தது. அணுஆயுதங்கள் எனும் இரத்தவெறிபிடித்த அச்சுறுத்தல்கள் எழுந்தபோதும் அவர் தன்னுடைய நம்பிக்கையை இழக்கவில்லை.

உலகான்மா பற்றியும் எதிர்கால மனிதனைப் பற்றியும் இராதாகிருஷ்ணன் எடுத்துரைத்த கருத்துகளில் அரவிந்தரின் தாக்கத்தைக் காண்கிறார், மார்கரெட் சட்டர்ஜி:

"நிறுவனங்கள் என்பன உள்ளுணர்வுக்கு ஈடாகத் தோன்றுபவை எனும் சிந்தனையின் தொடர்ச்சியை பிளாட்டோ முதல் ஸ்ரீ அரவிந்தர் வரை நாம் காணலாம். இந்த நிறுவனங்கள் அல்லது சிந்தனை அமைப்புகளை உள்ளத்திலிருந்து வெளியே கொண்டு வந்து அவற்றைப் போற்றி வளர்க்க வேண்டும். இலட்சியவாதத்தையும் பாமரத்தனத்தையும் சரியாகச் சீர்தூக்கிப் பார்த்தவர் இராதாகிருஷ்ணன். இத்தகுத் திறனால் அவர் உலகான்மாவைத் தோற்றுவிக்கும் கருத்தை உருவாக்கிய அதே சமயத்தில் போரினாலோ போரினால் ஏற்படும் அச்சத்தினாலோ வாழாத புதிய நெறியைக் கொண்ட சமுதாயம் உருவாக்கப்பட வேண்டும் என்று கூறினார். மக்களின் மனதில் மாற்றமும் நிறுவன அமைப்புகளின் வழியாக சமாதானத்திற்கான வழிகளும் காணப்படவேண்டும் என்று விரும்பினார். அரவிந்தர் கூறிய கருத்துகள் இராதாகிருஷ்ணனின் சொல்லிலும் செயலிலும் எதிரொலித்தாலும், அவை முரண்பாடுகளுக்குத் தீர்வு காண்கின்ற வகையில் செயல்முறைத் தேவைகளாக மலர்ந்தன."

அனைத்துலகச் சிந்தனையுள்ள மனிதர்: செயல்முறைப்படுத்தக் கூடிய இலட்சியங்களைக் கொண்டவர் இராதாகிருஷ்ணன். தீர்க்கவியலாத சிக்கல்களாய் நோயுற்றிருந்த இந்தியாவை, குடியரசாட்சியைத் திறமாக பேணவும், பிற நாடுகளுக்கு வழிகாட்டியாகத் திகழும் உயர்நிலையைப் பெறும் திறத்தையும் இராதாகிருஷ்ணனின் சிந்தனையாலும் கருத்துகளாலும் இந்தியா எய்தியது. அவர் இரஷ்யாவுக்கான இந்தியத் தூதராகப் பொறுப்பேற்றுக் கொண்டதும் இந்நிலை மேலும் உயர்ந்தது. இந்தியாவில் துணைக் குடியரசுத் தலைவராகவும் பின்னர் குடியரசுத் தலைவராகவும் அவர் பதவி வகித்தபோது இந்தியாவின் பெருமை பன்மடங்கு உயர்ந்தது.

* * *

11. இயல்பாற் சிறந்த மனிதர்

அறிவியல் - தொழில் நுட்பத்தின் உச்சத்தை எட்டிப் பிடிக்கின்ற இக்காலச் சூழலில், தத்துவச் சிந்தனைகளால் செறிவூட்டப் பெற்ற இராதாகிருஷ்ணனின் உரைகளைச் செவிமடுக்கப் பலரும் ஆர்வங்கொண்டனர் என்பது வியப்பைத் தருகின்ற செய்தியாகும்! தத்துவ உரைகள் ஆவலைத் தூண்டுவதாக அமையுமா? அவை நமது அன்றாட வாழ்வில் பயன்படத்தக்கதாக இருக்குமா? இவற்றையெல்லாம் இராதாகிருஷ்ணன் மெய்ப்பித்துக் காட்டியது மட்டுமல்லாமல் மாணவர்களது ஆர்வத்தைக் கிளப்புகின்ற அளவிற்குத் தத்துவ உரைகளுக்கு உயிர்ப்பூட்டினார். இது ஓர் எளிதான செயல் அன்று. இதனை எளிதாக்குவோமேயானால், அதனுடைய உள்ளார்ந்த பொருள் சிதைந்து விடும். அரிதான பொருள் மலினமாகிவிடும். உச்சியில் வைத்து மதித்த கருத்துகள் கலகலத்துப்போய் கேலிக்குரியதாகக் காலடியில் வந்து விழுந்துவிடும். மாணவர்களுக்கான வகுப்புகளைத் தொடர்ந்து எடுப்பதிலும் குறிப்புகளை அவர்கட்குத் தருவதிலும் விடைத்தாட்களைத் திருத்துவதிலும் இராதாகிருஷ்ணன் ஒரு சிறந்த ஆசிரியராகத் திகழ்ந்தார். ஆனால் அவர் இவற்றோடு மட்டும் நிறைவெய்திடவில்லை. இவற்றுக்கு மேலும் சாதிக்க கருதினார். வெகுவேகமாக வளர்ந்து வரும் அறிவின் வளர்ச்சியோடு இணைந்து செல்ல வேண்டும் என்று விரும்பினார். இதனால் இவர் மாணவர்கட்குத் தந்த குறிப்புகள், "அரைத்த மாவையே அரைக்காமல், மனதிலும் நினைவிலும் அவ்வப்பொழுது தோன்றும் புதிய சிந்தனைகளால் பொலிவுற்றன; அன்றன்று மலர்ந்த கருத்துகளாகப் புதுமையுடன் திகழ்ந்தன" என்று காசா சுப்பாராவ் குறிப்பிடுகிறார்.

தத்துவவியல் ஆசிரியராக அவர் வெற்றி நடை போட்டதற்கான காரணத்தை ஆஞ்சனேயலு அலசி ஆராய்கிறார். ஒப்பியல் முறைகள் வெகு சிலராலேயே பின்பற்றப்பட்டு வந்த காலத்தில் இராதாகிருஷ்ணன் இதனைப் பரவலாகத் தம்முடைய எழுத்துகளில் பயன்படுத்தினார். இத்தகு ஒப்பியல் முறை ஆய்வுக்குரிய பொருளை விளக்கிக் காட்டவும் அறிவின் எல்லைகளை விரிவாக்கவும் கை கொடுத்து உதவ வல்லதாகும். தத்துவ வியலை விளக்குவதற்குப் பிறதுறை சார்ந்த அணுகுமுறைகளையும் இராதாகிருஷ்ணன் பின்பற்றினார். தத்துவமும் சமயமும் இலக்கியம், வரலாறு, அரசியல், அறிவியல் ஆகியவற்றின் அடிப்படையில் விளக்கியுரைக்கப்பட்டது.

பழங்காலக் கருத்துகளைச் சமகால சிந்தனையோடு இணைத்துப் பார்ப்பதற்கு இராதாகிருஷ்ணன் மேற்கொண்ட அணுகுமுறை குறிப்பிடத் தகுந்ததாகும். சமகால உணர்வுடன், பண்டைக்கால மரபுகளையும் நன்கு அறிந்திருந்த இராதாகிருஷ்ணன், தத்துவத்தை விளக்குவதற்கு இவ்விரண்டின் ஒப்பீட்டையும் பயன்படுத்திக் கொண்டார். புதிய புதிய

உண்மைகளைக் கண்டு சொல்லும் தனித்திறம் வாய்ந்த திறனாய்வுப் பண்பு வாய்க்கப்பெற்ற இராதாகிருஷ்ணனுக்கு இத்தகு ஒப்பியல் அணுகுமுறை வாய்ப்பாக அமைந்தது.

மரபுவழி வந்த புனிதமான இலக்கியங்களுக்குக் குறிப்பெழுதும் சுருக்க நோக்கமுடைய உரையாசிரியர்களிடமிருந்து இராதாகிருஷ்ணன் மாறுபட்டுத் தோன்றினார். இரவீந்திரநாத் தாகூரின் தத்துவமும் மகாத்மா காந்தியின் ஆளுமையும் உலகக் கல்விச் சிந்தனைகளுக்கு அப்பாற்பட்டும் தனிப்பட்டும் தோன்றுகின்றன என்று சொல்லவியலாது. ஏனெனில் இந்திய இலக்கியப் பாரம்பரியமும் தத்துவ எழுச்சியும் காலந்தோறும் ஒன்றிலிருந்து ஒன்று வேறுபடுத்தி அறிய முடியாத தொடர் வளர்ச்சியைப் பெற்றுள்ளன. இதற்குச் சான்றாக வால்மீகி, வியாசர், காளிதாசர், புத்தர், மகாவீரர், கபிர் ஆகிய மகான்களின் எழுச்சியையும் அவர்தம் கருத்துகளின் மலர்ச்சியையும் கூறலாம்.

இராதாகிருஷ்ணனின் ஆங்கிலப் புலமை, அவரை வாழ்நாள் முழுவதும் சிறந்த எழுத்தாளராகவும் பேச்சாளராகவும் விளங்க வைத்தது. ஆர்ப்பொலிவுடன் கூடிய ஆங்கில மொழியால் அவர் இந்தியர்களைக் கவர்ந்தார்; மறைபொருட் சிக்கல்கள் நிறைந்த தத்துவங்களைத் தம் மொழித் திறத்தால் எளிதாக்கி ஆங்கில மொழியினரை ஈர்த்தார்.

இராதாகிருஷ்ணன் தமது உரையை மரபுத் தொடர்களால் உயிர்ப்பூட்டினார்; சொல் நயங்களால் அழகுபடுத்தினார். அவரது உரையை கேட்பவர்கள் இவ்வுரைகள் தம்மை மயங்கவைக்கும் மந்திரச் சொற்கள் அல்ல என்பதை நன்கறிவர். அறிந்ததிலிருந்து அறியாமையைத் தெளிவுபடுத்தும் வழிகாட்டியாக அவர்கள் அவரை நோக்கினர். இராதாகிருஷ்ணன் இலண்டனிலும் மான்செஸ்டரிலும் ஆற்றிய ஹிபெர்ட் உரைகளைப் பற்றிக் குறிப்பிடும் சர்வ பள்ளி கோபால்;

> “தத்துவப் பொருளைப் பற்றி முதல் உலகப் போருக்குப் பின்னர் ஒரு பொது இடத்தில் நடைபெற்ற கூட்டத்திற்கு இந்த இரு இடங்களிலும் திரண்டிருந்ததைப் போல் மக்கள் இதுகாறும் திரண்டதில்லை. இவர்களில் பெரும்பாலோர் வகுப்பறைக் கல்வியை அப்போதுதான் முடித்துவிட்டு வெளிவந்த மாணவர்களைப் போன்றிருந்த இளைஞர்களும் அதிக அளவில் பெண்களும் அலுவலகத்தில் பணிபுரிவோரும் தொழிற்சாலைகளில் பணிபுரிவோரும் அடங்குவர். வளமான சமய நெறிப்பட்ட வாழ்வை இழந்துவிட்ட சமுதாயத்தில் அதனைத் திரும்பப் பெறுவதற்காகச் சமய நெறி நிற்கும் மனிதரின் வளமான உரையைச் செவிமடுக்கிறோம்” என்று அவர்கள் கருதினர். இலண்டன் நகரில் அவர் ஆற்றிய இறுதி உரையின் பின்னர்

> அவரிடம் கை குலுக்குவதற்காக உரையைச் செவிமடுத்தவர்கள் பலர் வரிசையாக நின்றனர். அவருக்குத் தெரியாத பலர், அவருக்கு நன்றி தெரிவித்து "உங்களிடம் வளமான கனவு உறைவதை நாங்கள் உணர்கிறோம் - கீழ்த்திசை நாடுகளுக்கே உரித்த மண் பாதையை வளமாக்கும் செய்தியை, மேற்கத்திய சிந்தனையின் இயல்பினை நன்கு உணர்ந்தவரால் எங்களுடைய மொழியில் வெளியிடப்பட்டுள்ளதை அறிந்து மகிழ்கிறோம்" என்று கடிதம் எழுதினர்.

என்கிறார்.

இந்த நோக்கினில் இராதாகிருஷ்ணன், இந்திய இலக்கிய சிற்பி எனப் போற்றப்படத் தக்கவராவார். அவருடைய உரையை நாம் கேட்டு மகிழ்வதற்கு, அவர் இன்று நம்மிடையே இல்லையாயினும், ஊற்றுப் போன்ற ஆற்றலுடைய அவருடைய எழுத்துகள் இன்று நம்மை வளப்படுத்தி வருகின்றன. எளிமையான, ஆற்றொழுக்குப் போல் அமைந்த ஆங்கிலத் தொடர்களுடன் பின்னிப் பிணைந்த சமஸ்கிருதச் சொற்களோடு தெளிவான சிந்தனையில் கலந்த அவருடைய எழுத்துகள் கைவல்லாரின் புனைவுத் திறத்தைக் கண்டாற் போன்ற மகிழ்ச்சியை ஊட்ட வல்லனவாகும்.

அவரது உரையில் சொற்போருரையின் தன்மை இருக்கும். ஆனால் அதில் நாடகத் தன்மை இருக்காது. பொதுவான வழக்கிலுள்ள சொற்களையே அவர் பயன்படுத்துவார். அவ்வாறு பயன்படுத்தும்போது அதில் கைதேர்ந்த வினைஞன் ஒருவன் வலிமை வாய்ந்த சாதனத்தைச் சமைப்பது போன்ற நேர்த்தி இருக்கும். கிழக்கிந்தியச் சிந்தனைகளை மேற்கத்திய நாட்டவர் புரிந்து கொள்வதற்கு ஏதுவாகத் தருவதற்குக் கூர்ந்த மதிநுட்பம் வேண்டும். ஏனெனில் கீழ்த்திசைச் சிந்தனைகளைப் புரிந்து கொள்ளவியலாத மெய்ஞ்ஞானத்தின் அடிப்படையில் எழுந்தவை என்று மேற்கத்திய நாட்டவர்கள் ஒதுக்கிவிட்டனர்; பல்தெய்வத் தொகுதியின் அடிப்படையில் வேத மரபு அமைந்துள்ளது என்று அதையும் வெறுத்துவிட்டனர். அனைத்தும் கடந்த உயர்நிலையில் உள்ள இறைவன் உருவமற்றவனாக விளங்குகின்றான் என்ற உண்மையை உணர்த்தும் வண்ணம் தில்லையில் அமைந்துள்ள சோதி வடிவினனாக இறைவனை இராதாகிருஷ்ணன் எழுதிய 'சமயமும் சமூகமும்' என்ற நூல் நினைவுபடுத்துகிறது:

> "நடராசராக விளங்கும் சிவ பெருமானுக்காக எழுப்பப் பெற்ற சிதம்பரம் கோவிலில் உள்ள கருவறையில் உருவமோ வேறு சின்னங்களோ இல்லை. இறைவனை ஒரு வரையறைக்குட் படுத்துகிற வழிபாடு அங்கு இல்லை. உலகத்தின் அனைத்து

ஒளியையும் தன்னுள் அடக்கிக் காட்டுகிற அனைத்து ஒளிகட்கும் காரணமாக இருக்கின்ற அண்டப் பேரொளியாகத் திகழும் ஒளி வடிவான இறைவனே அங்கு எழுந்தருளியுள்ளான். இருட்டறையின் ஒரு சுவற்றில் மாலை ஒன்றுள்ளது. அதைப் பார்க்கலாம்; உணரலாம். அந்த மாலை நம் புலன்களுக்கெட்டாத சோதியின் கழுத்தில் அணி செய்கிறது.''

சமநிலையில் அமைந்த தொடர்கள், தொன்மத்தின் சாயல், ஒருசில சமஸ்கிருத சொற்கள், மேற்கத்திய நாட்டவர் இந்து சமயத்தைப் பற்றித் தவறாகப் புரிந்து கொண்டதை நயமாகச் சுட்டிக் காட்டும் பண்பு இவற்றை இராதாகிருஷ்ணன் உரையில் நாம் காணலாம். இந்தியா கண்மூடித்தனமான உருவ வழிபாட்டை நம்பிய நாடன்று; வாழ்க்கையின் உயர்ந்த உண்மைகளை அறிந்தொழுகுகின்ற நாடு. இந்த உயர்ந்த உண்மைகளைச் சில உருவங்களைக் கற்பித்து வணங்குவதன் வாயிலாகவும் சடங்குகளை மேற்கொள்வதன் வழியாகவும் பாமர மக்களின் உள்ளத்திலும் இறையுணர்வைத் துளிர்க்கச் செய்த நாடு இந்தியா. "நிமிர்ந்து உயர்ந்த உருவம், அருள் சுரக்கும் முகம், அலை பாயாது ஒளிவீசும் கண்கள், பெரிய வெள்ளைத் தலைப்பாகையின் கீழ்த் துலங்கும் உறுதியான தலை'' - இந்த உருவத்திலிருந்து வெளிப்பட்ட சொற்கள் கேட்போர் உள்ளத்தைப் பிணிக்கும் தன்மையானவாய் அமைந்தன.

இவ்வளவிற்கும் இராதாகிருஷ்ணன் சமயப்பரப்புநர் அல்லர். அவரது எழுத்துகள் கற்பனை உலகில் சிறகடித்துப் பறப்பனவல்ல; அவை கல்விச் செருக்கால் விளைந்த விளங்கா மொழிகளும் அல்ல; ஏளனத்திற்கு இலக்காகும் வெற்று வார்த்தைகளுமல்ல. அவரது பேச்சிலும் எழுத்திலும் காணப்பட்ட இயல்பே அவரது வாழ்க்கையிலும் எதிரொலித்தது. அவர் பேசியவாறே செயல்பட்டார்; எழுதியவாறே ஒழுகினார். அவர் கற்றுத் துறைபோகிய மனிதர்; சாதாரண மனிதர்களுக்கு உள்ள உணர்வுகளைத் தன்னுள்ளும் கொண்டவர். தன் உரையைச் செவிமடுப்பவர்களது உள்ளுணர்வுகளை உயர்த்துவதற்காக அவர்களது மட்டத்திற்குக் கீழிறங்கி அவர்களையும் தன்னைப் போல் உயர்த்துவதற்கான வழிகளைச் சிந்தித்தவர். அவர் ஓர் இலட்சிய ஆசிரியர்; கூரறிவு கொண்டவர்; மாற்றவியலாத இரக்கவுணர்வு கொண்டவர்.

இராதாகிருஷ்ணன் எனும் நூலின் எந்தப் பக்கத்தைப் புரட்டிப் பார்த்தாலும் அங்கு அவரது வளமான அறிவுத்திறமே முதலில் தென்படும். வாழ்நாள் முழுவதும் பெருவேட்கையுடன் படித்தார்; நினைவாற்றலால் அருளப் பெற்றார்; தன்னுடைய நூல்கள் முழுவதிலும் அறிஞர் கூற்றுகளைத் தாராளமாக அள்ளி வழங்கினார். இத்தன்மைகள்

அனைத்தும் இவர் ஒரு நூலை முதலில் படித்ததுமே இவரிடம் குடிகொண்டுவிடும். நிர்வாகியாகவும் தூதுவராகவும் குடியரசுத் தலைவராகவும் இடையீடில்லாது பணியாற்றும் பெருஞ்சுமையைப் பெற்ற ஒருவரால் இவையெல்லாம் இயலுமா? ஆனால் இராதாகிருஷ்ணன் இதனை நிறைவேற்றிக் காட்டினார். தன்னுடைய நூல்களாலேயே அவர் வாழ்ந்தார் என்று சொல்லலாம். இரஷ்யாவில் இந்தியத் தூதுவராக நியமிக்கப்பட்ட இராதாகிருஷ்ணனை வரவேற்கும்போது "தன் வாழ்நாட்களை எழுதும் பணியிலேயே கழித்த தூதுவரைச் சந்திக்க நான் ஆவலாக உள்ளேன்" என்று ஸ்டாலின் கூறினார்.

புத்தகங்கள் இராதாகிருஷ்ணனுக்கு இரண்டாவது இயற்கைக் காட்சிகளாக அமைந்தன. அவர் நிலைத்த புகழ் பெறுவதற்குக் காரணமாக இருந்த 'இந்தியத் தத்துவம்' (Indian Philosophy) என்ற நூலை அவர் தமது முப்பத்தைந்தாவது வயதில் எழுதினார். அந்த நூலின் ஒவ்வொரு பக்கத்திலும் கீழே பல அடிக்குறிப்புகள் விளங்கின. அந்த அடிக்குறிப்புகள் நம் சிந்தனையைத் தூண்டி அறிவின் எல்லையை விரிவாக்குவனவாய் அமைந்தன. இதனைக் கவனமாகத் திட்டமிட்டு எழுதிய விரிந்த நூல் எனலாம் அல்லது சுருங்கிய மதிப்பீடு என்றும் கூறலாம். இந்தப் புகழும் திறமையும் இராதாகிருஷ்ணனையே சாரும். ஏனெனில் தகுதி வாய்ந்த கற்றறிவாளர் எனில் அவர் தகவல்களையெல்லாம் தம் விரல் நுனியில் வைத்திருக்க வேண்டும் என்று எதிர்பார்க்கின்றனர். சர். அகமது உசேன் எழுதிய 'இஸ்லாத்தைப் பற்றிய குறிப்புகள்' (Sir Ahmed Hussain's Notes on Islam) எனும் நூலைப் பற்றிய மதிப்பீட்டினைச் செய்யும்போது கூட, அங்கு எ.இ. அமீர் அலி, ஜலாலுதீன் ரூமி, தாரா ஷுகோ, ஆகாகான், சர்.அப்துல் ரகீம், சர். சார்லஸ் டவுன் ஷெண்டி, லீ ஹண்ட், அல்-ஹிஜுவிரி, சைதன்யர், கபீர், நானக் ஆகியோரைப் பற்றிய குறிப்புகளும் இடம் பெற்றிருக்கும்.

இராதாகிருஷ்ணனின் தெளிவான சிந்தனையோட்டத்தில் கருத்துகளின் குவியல் நமக்குச் சுமையாக தெரிவதில்லை; மாறாக அவற்றுக்கு நாம் அடிமையாகி விடுகிறோம். சிறிதளவு இடம் கிடைத்தால் கூட குரானிலிருந்து பல பொன்மொழிகளை எடுத்துக்காட்டி இஸ்லாத்தின் அருமைகளைச் செறிவாக விளக்குவார். ஒப்பியல் சமயத்தின் அணுகுமுறையை நாம் இங்கு பார்க்க முடியும். இரு சமயக் கருத்துகளையும் இணைத்துக் காணும் திறத்திற்குச் சான்றாகப் பின்வரும் பகுதியைக் கூறலாம்:

> "மற்றவர்களுடைய நம்பிக்கையை நாம் அறிந்து கொள்ளாம லிருப்பது தவற்றுக்கும் அறியாமைக்கும் தோற்றுவாயாகும். நாகரிகம் முதிரப் பெறாத சில முகமதியர்களது பழக்க

வழக்கத்தினால் இந்துக்கள், இஸ்லாம் பற்றிய கருத்துகள் மீது கண்மூடித்தனமான வெறுப்பைக் கொள்வதற்குக் காரணமாயிற்று. நம்முடைய அமைப்புகளுக்குச் சுதந்திரமாகக் கருத்துரைக்கும் உரிமையை நாம் வழங்க வேண்டும். பிளவுகட்குக் காரணமான உட்புசல்களை விட்டொழிக்க வேண்டும். அறிவுக்கொவ்வாத கோட்பாடுகளை விடவேண்டும். இந்த அமைப்புகள் மனிதனுக்கு ஒளியேற்றாமல் அவனது ஆன்மாவை அழித்துவிடுகின்றன. வாழ்க்கையின் அனைத்து நிலைகளிலும் கடவுளுக்குத் தொண்டு செய்வதும் உண்மையோடும் தூய்மையோடும் கடவுள் நெறிகட்குக் கட்டுப்பட்டு ஒழுகுவதுமே சமயங்கள் கூறும் உண்மையான வழிபாட்டு நெறிகளாக இந்து சமயமும் இஸ்லாமியச் சமயமும் சொல்கின்றன.

இராதாகிருஷ்ணனின் நடைத்திறன் அவரது இளமைக்காலத்திலேயே வாய்க்கப் பெற்றது. அவரது முப்பத்தைந்தாவது வயதிலேயே தான் மேற்கொண்ட ஆய்வில் ஆழங்காற்பட்டிருந்தார்:

> வேதகாலப் புலவர்களின் வெளிப்படையான புலப்பாட்டு நெறி, உபநிடதங்களின் வியத்தகுக் குறிப்பு மொழிகள், புத்த சமயத்தவரின் அரிய உணர்வியல் ஆய்வுகள், சங்கரரின் புரட்சிகரமான சமயக் கொள்கை போன்றவை அறிதோறும் அறியாமை கண்டாற் போன்ற உணர்வையும் ஊட்டுகின்றன. இவற்றை அறிவியல் நோக்கோடும் பழமை என்று இகழாமலும் பார்த்தால், இவை பிளாட்டோவும் அரிஸ்டாடிலும் காண்ட்டும் ஹெகலும் கண்டு சொல்லிய தற்காலத் தத்துவங்கள் போன்றே இன்பம் நல்குவதாகும். ஆங்கில மொழியில் எளிதில் மொழிபெயர்க்கவியலாமல் அமைந்துள்ள இந்தியத் தத்துவங்களின் இயல்பே அவற்றின் அறிவுத் திறத்தனித்தன்மையைப் புலப்படுத்துவதாகும். மேலோட்டமாகத் தெரிகின்ற இந்த இடர்பாடுகளைக் களைந்து விட்டோமெனில் உள்ளத்தின் ஆழத்திலிருந்து பொங்கியெழும் அன்பின் ஊற்றினை நாம் உணரலாம். ஏனெனில் உள்ளங்களில் 'இந்திய உள்ளம்' என்றும் 'ஐரோப்பிய உள்ளம்' என்றும் வேறுபாடு கிடையாது.

இந்தியத் தத்துவ விளக்கங்களை அனைவரும் புரிந்து கொள்ளக்கூடிய ஆங்கிலத்தில் மொழி பெயர்த்துத் தருவதென்பது அவ்வளவு எளிதான செயலன்று. ஆனால் இராதாகிருஷ்ணனுக்கு இத்திறமை இயல்பாகவே வாய்க்கப் பெற்றிருந்தது; இதற்கான வழியும் தானாகவே திறந்து கொண்டது.

தொடக்கத்தில் இராதாகிருஷ்ணனுக்கும் இது எளிதாகக் கைரவில்லை. இதைப் பற்றி சர்வபள்ளி கோபால் பின்வருமாறு எழுதுகிறார்:

"'தத்துவ வரிசை' நூல்களை வெளியிடத் திட்டமிட்டிருந்த மியூர்ஹெட், இராதாகிருஷ்ணன் எழுதியிருந்த 'இந்தியத் தத்துவங்கள்' என்ற இரு நூற்றொகுதிகளை வெளியிடுவதற்கு முதலில் தயங்கினார். நூலின் அளவும் அச்சிடும் செலவும் சமஸ்கிருதப் பதங்களை ஆங்கில வரிவடிவத்தோடும் ஒலிக் குறிகளோடும் தரும் கடினமான பணியும் அவரைத் தயக்குறச் செய்தன. இதனால் மியூர்ஹெட் இப்பணியை இந்நூலின் பதிப்பாளர்களான ஜியார்ஜ் ஆலன் அன்வின் நிறுவனத்திடம் ஒப்படைத்தார். அந்நிறுவனத்தின் தலைவரான ஸ்டான்லி அன்வின், இந்நூலின் செல்வாக்கும் பயன்பாடும் இந்நூலின் விற்பனையில் பெரிதும் துணை நிற்குமென உணர்ந்தார். இந்நூலின் வெளியீட்டிற்கு அதிகப் பொருட் செலவானாலும் கூட, இதன் விற்பனை காலப் போக்கில் இந்தச் செலவை சரிசெய்துவிடும் என்று அவர் நம்பினார்".

தத்துவப் பொருளை இராதாகிருஷ்ணன் விளக்கியவிதம் மிகவும் குறிப்பிடத்தக்கதாகும். கிழக்கிலிருந்து மேற்கிலும் பின்னர் மேற்கிலிருந்து கிழக்கிலும் இருதிசைத் தத்துவங்களையும் ஒப்ப நோக்கும் அரிய பணியை அவர் திறம்படச் செய்தார். கீழ்த்திசைத் தத்துவங்களோடு மேற்றிசைத் தத்துவங்களை எங்கெங்கு ஒப்பிடக் கூடுமோ அங்கெல்லாம் தம் ஒப்பீட்டுப் பணியைத் திறம்படச் செய்தார். சான்றாக உலகின் இயல்பினை இந்தியத் தத்துவங்கள் "இருந்தும் இல்லாத நிலை" (nissatha: non entity) என்று கூறுகின்றன. இந்த உலகம் ஒரு பொய்த் தோற்றம்; ஆனால் உலகம் இருக்கிறது என்பதை உணர்த்த வேண்டும். இதனை விளக்குவதற்குப் புத்தரின் போதனைகளை இராதாகிருஷ்ணன் துணையாகக் கொண்டார். இதன் அடிப்படையில் இந்த உலகின் இயல்பை மேல்நாட்டுத் தத்துவங்களோடு ஒப்பிட்டுக் காண்கிறார்.

"உலகம் இல்லாத பொருளன்று" என்று சொல்வது காண்ட் வழங்கிய தத்துவத்தைப் போலுள்ளது. "உலகம் பொய்யானது" என்பது பெர்க்கலி சொல்லிய தத்துவத்தை ஒத்துள்ளது. இவற்றுள் உலகம் பொய்யானது என்ற தத்துவத்தை ஸ்கோபன்ஹரும் சொல்லியுள்ளார். வாழவேண்டும் என்ற நினைப்பே இவற்றின் மையமாக இருக்கிறது. இந்த மையத்தைச் சுற்றிய பல உயிர்களும் பொருட்களும் மக்களும் பல்வேறுபட்ட நோக்கங்களோடு தோன்றுகின்றனர். இதைப் பற்றிய நமது அறியாமைதான் பிரபஞ்சத்தையும் நம்மையும் பிரித்துப்

பார்க்கிறது. இப்படிப் பிரித்துப் பார்க்கும் உணர்வு தோன்றியவுடன் நமக்கும் பிரபஞ்சத்திற்கும் உள்ள உறவு இழை அறுந்துவிடுகிறது. இதனால் ஒவ்வொருவரும் வேறுவேறானவர்; தனித்தனியானவர் என்று பிரித்துப் பார்க்கத் தொடங்குகிறோம்.

சுமார் அரைநூற்றாண்டுக் காலத்திற்கு இதே போன்றதொரு பாணியையே இராதாகிருஷ்ணன் தம் எழுத்தில் பின்பற்றினார். ஆனால் தம்மைப் பற்றி ஒரு சிறிதும் தம்முடைய எழுத்துகளில் புலப்படுத்தினார் அல்லர். அவரது தொடக்கக்கால நூல்களில் (இந்துவின் நோக்கில் வாழ்க்கை, இந்துஸ்தானத்தின் இதயம்) வெளிப்பட்ட உள்ளொளி அவரது பிற்கால நூல்களிலும் குறிப்பாக 1966இல் எழுதிய "மாறுகின்ற உலகத்தில் சமயம்" போன்ற நூல்களில் ஒளிர்ந்தது. கடும் உழைப்பு, பரந்துபட்ட படிப்பு, வளமான அறிவுத்திறம், ஆராய்ச்சி மனப்பான்மை ஆகியன அவர் பல்வேறு உயர்பதவிகளை வகித்துவந்த காலத்திலும் இடையீடின்றி பொதுப்பணிக்குத் தம்மை ஆட்படுத்திக் கொண்ட காலத்திலும் தொடர்ந்தன. இவ்வியல்பு இப்போதும் நம்மைக் கவர்கிறது. ஏனெனில் இராதாகிருஷ்ணன் தம்முடைய எழுத்துகளால் நம்முடைய உள்ளங்களை உழுத உயரிய மனிதராகவே விளங்குகிறார். பேராசிரியர் கே.ஆர். சீனிவாச ஐயங்காரின் புகழுரையுடன் இந்நூலை நிறைவாக்குவது பொருத்தமாக இருக்கும்:

"நினைவாற்றல், ஓயாத தொண்டு, கூர்த்திறம், புதியன அறியும் வேட்கை, சூழ்நிலைக்கேற்பத் தன்னைத் தயார் செய்து கொள்ளுதல், புதிய சவால்களை எதிர் கொள்ளுதல் இதுபோன்ற பல வியத்தகு பண்புகளின் உருவமாக இராதாகிருஷ்ணன் விளங்கினார். ஆனால் இவை மட்டுமே பேராசிரியர் இராதா கிருஷ்ணனின் பண்புகளை வரையறுப்பனவாக அமைந்துவிடாது. ஆன்மிக உணர்வு உள்ளொளி மறைந்து விளங்கும் இதுபோன்ற பல தன்மைகள் அவரது முழுப் பரிமாணத்தையும் வரையறுத்து விடமாட்டா. நம்முடைய பண்டைகால முனிவர்களையும் ஆச்சாரியர்களையும் இயக்கியும் அவர்களது ஆற்றலை வெளிப்படுத்தியும் வந்த ஆன்மிக உணர்வு ஆகியவற்றை இராதாகிருஷ்ணன் அறிந்திருந்தார். இந்த உணர்வுகளே அரை நூற்றாண்டுக்கும் மேலாக அவருடைய ஆளுமை சிறந்திடக் காரணமாக அமைந்தன எனலாம்."

* * *

துணை நூல்கள்

டாக்டர் எஸ். இராதாகிருஷ்ணன் எழுதியவை
(ஆங்கில நூல்கள்)

1. வேதாந்தம் உணர்த்தும் அறமும் அதன் உலகப்பயன்பாடும் (1908)
2. இரவீந்திரநாத் தாகூரின் தத்துவம் (1918)
3. தற்காலத் தத்துவத்தில் சமயத்தின் ஆட்சி (1920)
4. இந்தியத் தத்துவம், இரு தொகுதிகள் (1923, 1927)
5. ஓர் இந்துவின் நோக்கில் வாழ்க்கை (1927)
6. நாம் விரும்பும் சமயம் (1928)
7. கல்கி அல்லது நாகரிகங்களின் எதிர்காலம் (1929)
8. இந்துஸ்தானத்தின் இதயம் (1932)
9. ஓர் இலட்சியவாதி நோக்கில் வாழ்க்கை (1932)
10. சமயத்தில் கிழக்கும் மேற்கும் (1933)
11. கீழைச் சமயமும் மேலைச் சிந்தனையும் (1939)
12. கல்வி, அரசியல், போர் (1944)
13. சமயமும் சமுதாயமும் (1947)
14. பகவத் கீதை (1948)
15. தம்மபதம் (1950)
16. முதன்மை உபநிடதங்கள் (1955)
17. உண்மையின் மீட்சி (1955)
18. கிழக்கும் மேற்கும் (1955)
19. பிரம்ம சூத்திரம் (1961)
20. மாறி வரும் உலகில் சமயம் (1967)
21. இராதாகிருஷ்ணனின் கருத்துரைகள்: ஒரு தொகுப்பு (1961)

பிறர் எழுதியவை (ஆங்கிலம்)

22. ஸ்ரீ அரவிந்தர்
இந்தியப் பண்பாட்டின் அடித்தளம் (1953)

23. சர்வபள்ளி கோபால்
இராதாகிருஷ்ணன் வாழ்க்கை வரலாறு (1989)

24. கே.ஆர். சீனிவாச ஐயங்கார்
ஆங்கிலத்தில் இந்தியரின் எழுத்துகள் (1983)

25. கே.ஆர். சீனிவாச ஐயங்கார்
நம் பல்கலைக் கழகங்களுக்குச் சில புதிய சிந்தனைகள் (1951)

26. விப்பூலர் காளிதாஸ்
இராதாகிருஷ்ணன் மலர் (1962)

27. கே.எஸ்.மூர்த்தி மற்றும் ஒ.வோரா
இராதாகிருஷ்ணனின் வாழ்க்கையும் காலமும் (1989)

28. ஜி. பார்த்தசாரதி மற்றும் பு.பி.சட்டோபாத்தியாயா (பதிப்பு)
இராதாகிருஷ்ணன் நூற்றாண்டு மலர் (1989)